Từ vựng cơ bản tiếng Việt

李敬賢/阮氏淨

문예림

저 자 　**李敬賢 (LÝ KÍNH HIỀN)**
베트남 호찌민시국립대학교 인문-사회과학대학 한국학과 교수

阮氏淨 (NGUYỄN THỊ TỊNH)
베트남 호찌민시외국어-정보대학교 동양언어-문화학부 베트남학과 교수

베트남어
기초어휘 (Từ vựng cơ bản tiếng Việt)

초판 인쇄 : 2012년 6월 20일
초판 발행 : 2012년 7월 1일

저　자 : 李敬賢 (LÝ KÍNH HIỀN), 阮氏淨 (NGUYỄN THỊ TỊNH)
펴낸이 : 서 덕 일
펴낸곳 : 도서출판 **문예림**
등　록 : 1962. 7. 12 제2-110호

주소 : 서울특별시 광진구 군자동 1-13 문예하우스 101호
전화 : (02)499-1281~2,
팩스 : (02)499-1283
http://www.bookmoon.co.kr
E-mail : book1281@hanmail.net

ISBN 978-89-7482-659-8(13790)

＊잘못된 책이나 파본은 교환해 드립니다.

머리말

  〈베트남어 기초어휘〉는 베트남어 학습자들이 주제별로 베트남어의 기초적인 낱말과 표현을 익히고, 이를 바탕으로 일상생활의 기본적인 표현들을 배울 수 있도록 작성된 책입니다.

  이 책에는 인사와 소개부터 감정표현, 성격과 신체묘사, 스포츠와 취미활동 등과 같은 일상생활의 기본적인 의사소통 영역에서 사용되는 낱말들은 물론, 베트남을 여행할 때 필요한 호텔 및 식당, 교통수단 등의 주제도 포함되어 있습니다. 아울러 베트남의 사회·문화를 엿볼 수 있는 영역의 주제들인 우체국, 기차역, 거주지, 집안용품, 베트남의 교육체제, 베트남인의 음식 등의 내용도 다루었습니다.

  각 장은 그림과 함께 제시되는 기본 낱말들과 추가적인 낱말들, 그리고 유용한 기본 표현들을 담고 있으며, 학습한 내용을 점검할 수 있도록 연습문제도 제시하였습니다. 이를 통해서 여러분은 자신의 학습 정도를 스스로 확인하고, 중요한 내용을 한 번 더 정리할 수 있는 기회를 얻을 수 있을 것입니다.

  이 책을 통해서 비록 베트남어를 완벽하게 익힐 수는 없을지라도, 낱말들이 그림과 함께 주제별로 제시되어 있어 많은 베트남어 기초 어휘를 쉽게 개관할 수 있을 것입니다. 또한 주제별 낱말과 함께 제시된 유익하고 실용적인 기본 표현들은 실제 베트남어 사용 능력을 배양하는 데에도 좋은 기초가 될 것입니다. 아무쪼록 이 책이 베트남어 공부를 시작하는 사람들에게 좋은 길잡이가 되기를 바랍니다.

  〈베트남어 기초어휘〉는 출판하기를 도와주시는 문예림 서덕일 사장님과 직원 여러분께 감사드립니다.

2011년 10월
李敬賢, 阮氏淨

차례

- 01 인사(CHÀO HỎI) / 7
- 02 소개(GIỚI THIỆU) / 13
- 03 이름과 주소 묻고 답하기(HỎI ĐÁP TÊN VÀ ĐỊA CHỈ) / 17
- 04 국가/국적/언어(QUỐC GIA/QUỐC TỊCH/NGÔN NGỮ) / 21
- 05 직업(NGHỀ NGHIỆP) / 26
- 06 신체와 건강(THÂN THỂ VÀ SỨC KHỎE) / 31
- 07 날씨(THỜI TIẾT) / 41
- 08 의복(TRANG PHỤC) / 46
- 09 속옷/소품들(ĐỒ LÓT/PHỤ KIỆN) / 51
- 10 신발/가방/귀품들(GIÀY DÉP/TÚI XÁCH/ĐỒ QUÝ GIÁ) / 54
- 11 거주지/집(NƠI CƯ TRÚ/NHÀ) / 59
- 12 방/거실(PHÒNG/PHÒNG KHÁCH) / 63
- 13 학교(TRƯỜNG HỌC) /66
- 14 베트남의 교육체계(HỆ THỐNG GIÁO DỤC CỦA VIỆT NAM) / 72
- 15 은행(NGÂN HÀNG) / 76
- 16 우체국(BƯU ĐIỆN) / 79
- 17 스포츠(THỂ THAO) / 82
- 18 취미(SỞ THÍCH) / 88
- 19 부엌용품(ĐỒ DÙNG NHÀ BẾP) / 93

20　집안용품/개인용품(ĐỒ DÙNG TRONG NHÀ /VẬT DỤNG CÁ NHÂN) / 97

21　욕실(PHÒNG TẮM) / 99

22　자동차/자전거(Ô TÔ /XE ĐẠP) / 102

23　기차/버스/비행기(XE LỬA /XE BUÝT /MÁY BAY) / 108

24　휴가/여행(KÌ NGHỈ /DU LỊCH) / 113

25　호텔(KHÁCH SẠN) / 117

26　컴퓨터/정보처리(MÁY VI TÍNH /XỬ LÍ THÔNG TIN) / 121

27　전화(ĐIỆN THOẠI) / 126

28　감정(TÌNH CẢM) – I / 131

29　감정(TÌNH CẢM) – II / 136

30　가족(GIA ĐÌNH) / 141

31　동물(ĐỘNG VẬT) / 144

32　식물(THỰC VẬT) / 150

33　채소(RAU CỦ QUẢ) / 154

34　과일(TRÁI CÂY) / 157

35　자연과 자연 재해(THIÊN NHIÊN VÀ TAI HOẠ THIÊN NHIÊN) / 160

36　색깔(MÀU SẮC) – I / 163

37　색깔(MÀU SẮC) – II / 165

38　성격, 특징(TÍNH CÁCH, ĐẶC TRƯNG) / 168

39 수(SỐ) – I / 172

40 수(SỐ) – II / 176

41 방향(PHƯƠNG HƯỚNG) / 180

42 통행(LƯU THÔNG) / 184

43 공연(BIỂU DIỄN) / 187

44 책(SÁCH) / 190

45 식사(ĂN UỐNG) / 193

46 식당(TIỆM ĂN) / 198

47 가게(CỬA TIỆM) / 203

해답(GIẢI ĐÁP LUYỆN TẬP) / 207

01 인사 (CHÀO HỎI)

Chào Trung. Bạn khoẻ không? (안녕, 쭝. 잘 지내니?)
– Khoẻ. Cám ơn. Còn bạn? (잘 지내. 고마워. 너는?)

Chào cậu. Cậu khoẻ không?
(안녕하세요? 잘 지내요?)
– Rất khoẻ. Cảm ơn. Còn cậu?
(아주 잘 지내요. 고마워요. 당신은?)

Tạm biệt. Mai gặp nhé!
(안녕. 내일 봐요!)
– Tạm biệt!
(안녕!)

■ 친구 또는 서로 잘 아는 사이에는 상대방에게 이름 또는 bạn, cậu(너, 니)를 사용함.

Chào ông. Ông khoẻ không ạ? (안녕하십니까? 잘 지내십니까?)
−Cảm ơn. Tôi khoẻ. Còn anh? (감사합니다. 잘 지내요. 당신은요?)

■ 잘 모르는 사이, 격식을 갖춰야 하는 사이에는 상대방에게 ông(미스터, 신사, 할아버지), bà(부인, 할머니), chú(아저씨), cô(아주머니), anh(젊은 남자, 형, 오빠), chị(젊은 여자, 누나, 언니)를 사용함.

Chào. Các bạn thế nào? (안녕! 너희들 어떻게 지내니?)
Xin chào. Các vị khoẻ không?
(여러분, 안녕하십니까? 잘 지내십니까?)
Chào các anh. (여러분, 안녕하세요?)

■ 2인칭 복수 친칭은 các bạn, các cậu(너희들)이며, 2인칭 복수 격식칭은 các vị(여러분, 남녀 공용), các ông(미스터들, 신사들, 할아버지들), các bà(부인, 할머니들), các chú(아저씨들), các cô(아주머니들), các anh(젊은 남자들, 형들, 오빠들), các chị(젊은 여자들, 누나들, 언니들)를 사용함.

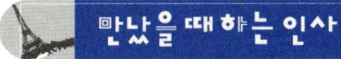 만났을 때 하는 인사

(1) 친한 사이

　　A : Chào Hồng. Khoẻ không? (안녕, 홍. 잘 지내?)

　　B : Khoẻ. Còn bạn? (잘 지내. 너는?)

　　A : Chào cậu. Thế nào? (안녕! 어떻게 지내?)

　　B : Mình khoẻ. Cám ơn. (잘 지내. 고마워.)

(2) 처음 보는 사람이나 격식을 차려야 하는 사이

- Xin chào quý vị. (여러분, 안녕하십니까?)
- Chào ông. (안녕하십니까?) (미스터, 신사, 할아버지에게)
- Chào bà. (안녕하십니까?) (부인, 할머니에게)
- Chào anh. (안녕하십니까?) (젊은 남자, 형, 오빠에게)
- Chào chị. (안녕하십니까?) (젊은 여자, 누나, 언니에게)

　A : Anh thế nào? (어떻게 지내세요?)

　B : Tôi khoẻ. Cảm ơn. Còn chị?
　　　(잘 지내요. 고맙습니다. 당신은요?)

　A : Rất khoẻ. Cảm ơn. (매우 잘 지내요. 고맙습니다.)

 헤어질 때 하는 인사

- Tạm biệt. (안녕히 가세요. / 안녕히 계세요.)
- Hẹn gặp lại (또 만나요.)
- Hẹn gặp sau nhé. (나중에 봐요.)
- Gặp sau nhé. (다음에 봐.)
- Mai gặp nhé. (내일 보자.)
- Thứ bảy gặp nhé. (토요일에 보자.)
- Tuần sau gặp nhé. (다음 주에 보자.)
- Chúc một ngày tốt lành (좋은 하루 되세요.)
- Chúc ngủ ngon. (잘 자. / 안녕히 주무세요.)

Đi du lịch vui nhé!
(여행 잘 하시기 바랍니다!)

Chúc Giáng sinh vui vẻ!
(즐거운 성탄절을 보내시기 바랍니다.
/메리 크리스마스!)

Đừng nói nữa!
(수다를 떠는 사람에게 하는 말)

Học tập chăm chỉ nhé!
(공부 열심히 해라!)

Chúc anh ăn ngon miệng!
(맛있게 드세요!)

Cạn ly! (건배!)
Chúc sức khoẻ! (건강을 위하여!)

- Cố lên! (힘내요 / 파이팅!)
- Hoan hô! (브라보!)
- Giỏi lắm! (잘 했다!)

- Chúc mừng sinh nhật! (생일 축하해요!)
- Chúc mừng thi đỗ! (합격 축하해요!)
- Chúc mừng thành công! (성공 축하해요!)
- Xin chân thành chúc mừng! (진심으로 축하해요!)

- Chúc may mắn! (행운이 함께하길!)
- Chúc thành công! (성공을 빈다!)
- Chúc vui vẻ! (즐거운 시간 보내라!)
- Chúc cuối tuần vui vẻ! (주말 잘 보내세요!)
- Nghỉ hè vui nhé! (여름 방학 잘 보내세요.)
- Đi mạnh giỏi nhé! (잘 가요!) (차로 이동하는 사람에게)

- Chúc năm mới an khang thịnh vượng!
  (건강하고 경기좋은 새해를 맞이하시길!)
- Chúc năm mới tốt lành! (좋은 새해를 맞이하시길!)
- Chúc năm mới vui vẻ! (즐거운 새해 맞이하세요!)
- Chúc một năm hạnh phúc!
  (행복한 한 해가 되길 바랍니다.)
- Chúc mau hồi phục sức khoẻ!
  (건강 빨리 회복하세요!)
- Mong sớm bình phục! (빠른 쾌유 바랍니다!)

- Xin lỗi. (죄송합니다. / 실례합니다.)
- Xin lỗi đã làm phiền. (방해해서 죄송합니다.)
- Xin lỗi đã đến muộn. (늦어서 죄송합니다.)
- Không biết có làm phiền nhiều không.
  (폐를 많이 끼쳐 드리지 않았는지 모르겠습니다.)
- Không sao. (괜찮아요.)

Luyện tập

Ⅰ. 알맞은 인사로 답해 보세요.

(1) Chào anh.
_____

(2) Anh có khoẻ không?
_____

(3) Chúc một ngày tốt lành.
_____

(4) Tạm biệt.
_____

(5) Cảm ơn.
_____

(6) Xin lỗi.
_____

02 소개 (GIỚI THIỆU)

Xin giới thiệu cô Thuý. (튀 씨를 소개합니다.)
Cô ấy là người Việt Nam. ((그녀는) 베트남 사람입니다.)

Vinh, đây là Hương. (빙, 여기는 흐엉이야.)
Hương, đây là Vinh. (흐엉, 여기는 빙이야.)

Xin chào quý ông quý bà. Tôi xin được giới thiệu.
(안녕하세요! 신사숙녀 여러분. 제 소개를 하겠습니다.)
Tên tôi là Lee Sunny. (제 이름은 이서니입니다.)
Tôi là người Hàn Quốc. (저는 한국 사람입니다.)

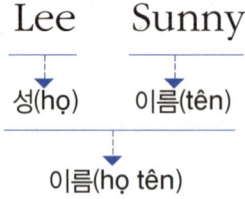

사업상 또는 격식을 갖춘 상황

A : Tôi xin giới thiệu anh Hải.
(하이 씨를 소개해 드리겠습니다.)

B : Chào anh Hải. Hân hạnh được gặp anh.
(안녕하세요, 하이 씨. 만나 뵙게 되어서 반갑습니다.)

> ■ 사람을 소개 받았을 때 할 수 있는 간단한 표현
> Hân hạnh! (반갑습니다.)

 격식을 차리지 않고 친근한 상황

- Đây là chồng tôi.
  (여기는 내 남편이야.)

- Xuân, người này là Trang - vợ tôi.
  (쑤언아, 이 사람이 내 아내 짱야.)

A : Biết Sang - anh họ mình không?
(내 사촌 상 알아?)

B : Ôi, chào Sang.
(아니. 안녕, 상.)

A : Giới thiệu với bạn đây là Tú - em trai tôi.
(네게 내 남동생 뜨를 소개할게.)

B : Chào Tú. Rất vui được làm quen.
(안녕, 뜨. 알게 되어서 반가워.)

 자기 소개하기

- Tôi xin được giới thiệu.
  (제 소개를 하겠습니다.)

- Tên tôi là Tú.
  (제 이름은 뚜입니다.)

- Tôi là người Việt Nam và là nhân viên công ty.
  (저는 베트남 사람이고 회사원입니다.)

I. 소개하는 대화의 빈칸을 채워보세요.

　A : _____ biết cậu bé đó không?
　　　　　　　(너 저 아이를 알아?)

　B : Ừ, đó _____ Kiên.
　　　　　　　(응, 그는 끼엔이야.)

　　Mình sẽ giới thiệu Kiên cho bạn. Nó được lắm.
　　(네게 끼엔을 소개해 줄게. 쟤는 아주 괜찮아.)

　B : Kiên, _____ là Phương- bạn mình.
　　　　　　　　　　　(끼엔, 여기는 내 친구 프엉이야.)

　A : Rất _____ được làm quen.
　　　　　　　(알게 되어서 반가워.)

　C : Mình cũng vậy.
　　　(나 역시다.)

03 이름과 주소 묻고 답하기 (HỎI ĐÁP TÊN VÀ ĐỊA CHỈ)

A : Quý danh của anh là gì ạ? (성함이 어떻게 되십니까?)
B : Tên tôi là Nguyễn Văn Nam. (제 이름은 응웬반남입니다.)
　　Nam là tên. (남이 이름입니다.)
A : Xin anh đánh vần tên mình. (이름의 철자 좀 말해 주시겠어요?)
B : Nam, n-a-m. (남, 엔너, 아, 엠머)
A : Còn địa chỉ của anh? (당신의 주소는요?)

성함	quý danh
이름	tên
성(姓)	họ
철자를 쓰다	đánh vần
내 이름이 ~이다.	Tên tôi là ~.
주소	địa chỉ
나의 / 당신의	~ của tôi / ~ của anh (của chị)

A : Tên bạn là gì? (너 이름이 뭐야?)
B : Hiếu. Còn bạn? (혜우. 너는?)
A : Tôi là Sunny. (나는 서니야.)
B : Bạn sống ở đâu? (너는 어디 사니?)
A : Tôi sống ở gần chợ Bến Thành.
   (나는 벤타잉 시장 근처에 살아.)

봉투 phong bì

발신인 người gửi   우표 tem

Lee Gyeong Hyeon
253 Yonghyeon-dong,
Nam-gu, Incheon, Korea
402-751

수신인 người nhận

발신인 주소
địa chỉ người gửi

Lee Sunny
22 đường Nguyễn Trãi,
Phường Bến Thành, Quận 1,
Thành phố Hồ Chí Minh, Việt Nam

거리이름
tên đường

번지수 số

수신인 주소 địa chỉ người nhận

■ 베트남 주소는 번지수, 거리 이름, 동, 구, 도시, 국가 순서이다.

살다 sống	어디 đâu
가까이 gần	멀리 xa
~(이)라고 부르다 gọi là	나는 (이름이) ~라고 한다 Tôi là ~.
그/그녀는 (이름이) ~라고 한다. Anh ấy / Chị ấy là ~.	

이름 묻고 답하기

A : Tên chị là gì? (이름이 뭐예요?)

B : Tên tôi là Lee Sunny. (제 이름은 이서니입니다.)

A : Lee là họ à? (이가 성인가요?)

B : Vâng, Lee là họ của tôi (예, 이가 제 성입니다.)

A : Tên anh viết thế nào? (당신 이름은 어떻게 씁니까?)

B : Kiên, K-i-ê-n. (끼엔, 까-이-에-엔너.)

A : Tên tôi là Huỳnh Thị Bảy. Còn tên anh?
　　(제 이름은 휭티배이입니다. 당신 이름은요?)

B : Tôi là Nguyễn Trường Tuấn. (저는 응웬쯔엉뚜언이라고 합니다.)

A : Tuấn là tên (chứ không phải họ) phải không?
　　(뚜언이 (성이 아니고) 이름인가요?)

B : Vâng, Tuấn là tên. (예, 뚜언이 이름입니다.)

A : Họ tên người đó là gì nhỉ? (저 사람 성명이 뭐지요?)

B : Lý Gia Hân. Lý là họ, còn Gia Hân là tên.
　　(리자헌입니다. 리는 성이고, 자헌은 이름입니다.)

거주지 묻고 답하기

A : Chị sống ở đâu? (어디 사세요?)

B : Tôi sống ở Sài Gòn. (사이공에 삽니다.)

A : Nhà em ở đâu? (집이 어디니?)

B : Quận 1(một). (1군이에요.)

A : Anh sống ở nơi cách xa đây không?
　　(여기에서 먼 곳에 사십니까?)

B : Không, sống ở gần đây. Đi bộ mất 10(mười) phút.
　　(아니요, 근처에 살아요. 걸어서 10분 거리입니다.)

A : Tôi sống ở Hà Nội. Còn anh? (저는 하노이에 삽니다. 당신은요?)

B : Tôi sống ở Incheon, Hàn Quốc. Bây giờ đang đi nghỉ ở Nha Trang.
(전 한국의 인천에 살아요. 지금은 냐짱에서 휴가를 보내고 있습니다.)

A : Địa chỉ thế nào nhỉ? (주소가 어떻게 되시죠?)

B : Số 595, đường Cách Mạng Tháng Tám. (595번지, 까익망탕땀로요.)

> **이름과 성**
>
> 베트남인의 성명은 성을 먼저 쓰고 이름을 뒤에 쓴다. 중간 이름은 남자 경우 văn(文), 여자 경우 thị(氏)를 많이 쓴다. 예를 들면 Nguyễn Văn Nam (응웬반남, 阮文南), Lê Thị Lan (레티란, 黎氏蘭) 등이다. 베트남인의 보편적 성씨는 다음과 같다.
>
> Bùi(裵), Cao(高), Cù(瞿), Châu/Chu(周/朱), Diệp(葉), Dương(楊), Đào(陶), Đặng(鄧), Đinh(丁), Đoàn(段), Đỗ(杜), Giang(江), Hà(何, 河), Hoàng(Huỳnh, 黃), Hồ(胡), Lại(賴), Lâm(林), Lê(黎), Lư(盧), Lương(梁), Lưu(劉), Lý(李), Ngô(吳), Nguyễn(阮), Phạm(范), Phan(潘), Phùng(馮), Trần(陳), Triệu(趙), Trịnh(鄭), Trương(張), Văn(文), Vũ(Võ, 武), Vương(王)…

Luyện tập

Ⅰ. 대화를 완성해 보세요.

(1) Còn _____ anh? (당신의 이름은요?)
Tên _____ là Khang. (제 이름은 캉입니다.)

(2) Cậu _____ ở đâu? (넌 어디서 사니?)
Mình sống ở _____ sông Sài Gòn. (난 사이공강 가까이 살아.)

(3) _____ nhà bạn thế nào? (네 집 주소는 어떻게 되니?)
Số 22, _____ Nguyễn Trãi. (22번지, 응웬짜이 거리야.)

(4) Họ tên bạn là _____ ? (성명은 뭐예요?)
_____ là Lâm, còn tên là Minh Hải.
(성은 럼이고 이름은 밍하이예요.)

국가/국적/언어 (QUỐC GIA / QUỐC TỊCH / NGÔN NGỮ)

- Lý Gia Hân là người Việt Nam. (리자헌 씨는 베트남 사람입니다.)

  Tôi quen cô ấy qua thư từ. (저는 펜팔로 그녀를 알게 되었습니다.)

  Cô ấy đang sống ở Sài Gòn. (그녀는 사이공에서 살고 있어요.)

  Cô ấy nói tiếng Việt và tiếng Anh. (그녀는 베트남어와 영어를 합니다.)

- Vợ chồng anh Kim Chi Hyeon là người Hàn Quốc.
  (김치현 부부는 한국 사람입니다.)

  Họ đang sống ở Đại Hàn Dân Quốc. (그들은 대한민국에 살고 있습니다.)

  Họ nói tiếng Hàn và tiếng Việt. (그들은 한국말과 베트남말을 합니다.)

펜팔 bạn qua thư từ	말하다 nói
베트남말 / 베트남어 tiếng Việt	영어 tiếng Anh
한국말 tiếng Hàn Quốc	부모 cha mẹ, bố mẹ
알다 biết, quen	부부 vợ chồng

4. 국가 / 국적 / 언어　21

국가/국적(quốc gia/quốc tịch)	민족(dân tộc)	언어(ngôn ngữ)
그리스 Hy Lạp	người Hy Lạp	tiếng Hy Lạp
네덜란드 Hà Lan	người Hà Lan	tiếng Hà Lan
독일 Đức	người Đức	tiếng Đức
러시아 Nga	người Nga	tiếng Nga
멕시코 Mexico	người Mexico	tiếng Tây Ban Nha
미국 Mỹ	người Mỹ	tiếng Anh
베트남 Việt Nam	người Việt Nam	tiếng Việt Nam
브라질 Brazil	người Brazil	tiếng Bồ Đào Nha
사우디 아라비아 A-rập Xê-út	người A-rập Xê-út	tiếng A-rập
스위스 Thụy Sĩ	người Thụy Sĩ	tiếng Đức/Pháp/Ý
스페인 Tây Ban Nha	người Tây Ban Nha	tiếng Tây Ban Nha
싱가포르 Singapore	người Singapore	tiếng Anh, tiếng Hoa
아르헨티나 Ác-hen-ti-na	người Ác-hen-ti-na	tiếng Tây Ban Nha
영국 Anh	người Anh	tiếng Anh
이스라엘 Israel	người Israel	tiếng Hebrew
이집트 Ai Cập	người Ai Cập	tiếng Ai Cập
이탈리아 Italia/Ý	người Ý	tiếng Ý
인도 Ấn Độ	người Ấn Độ	tiếng Hindi, tiếng Anh
일본 Nhật Bản	người Nhật Bản	tiếng Nhật Bản
중국 Trung Quốc	người Trung Quốc	tiếng Trung Quốc, tiếng Hoa
캐나다 Canada	người Canada	tiếng Anh
타이완 Đài Loan	người Đài Loan	tiếng Hoa
태국 Thái Lan	người Thái Lan	tiếng Thái Lan
터키 Thổ Nhĩ Kỳ	người Thổ Nhĩ Kỳ	tiếng Thổ Nhĩ Kỳ
포르투갈 Bồ Đào Nha	người Bồ Đào Nha	tiếng Bồ Đào Nha
프랑스 Pháp	người Pháp	tiếng Pháp
한국 Hàn Quốc	người Hàn Quốc	tiếng Hàn Quốc
호주 Úc	người Úc	tiếng Anh
홍콩 Hồng Công	người Trung Quốc	tiếng Hoa, tiếng Anh

~에서 살다(sống ở ~) ~에 있다(ở ~) ~에 간다(đi đến ~)

- Chúng tôi sống ở Hàn Quốc. (우리는 한국에 산다.)
- Chị ấy ở Hà Nội. (그녀는 하노이에 있다.)
- Anh ấy đi Thành phố Hồ Chí Minh. (그는 호찌민시에 간다.)
- Họ đến từ Việt Nam. (그들은 베트남에서 왔다.)

 인칭대명사(đại từ nhân xưng)

인칭	단수	복수
1인칭	tôi(저, 나)	chúng tôi(우리)
2인칭	anh(형, 오빠), chị(누나, 언니), bạn / cậu(너)	các anh(형들, 오빠들), các chị(누나들, 언니들), các bạn / các cậu(너희들)
3인칭	anh ấy(그(남자)), chị ấy(그녀)	các anh ấy(그들(남자)), các chị ấy(그녀들), họ / chúng nó(그들)

 대륙(đại lục)

Châu Á   아시아   Châu Âu   유럽
Châu Mỹ   아메리카   Châu Phi   아프리카
Châu Úc   오스트레일리아

 출신지 묻고 말하기

A : Xuất thân từ đâu ạ? (어디 출신이십니까?)
B : Tôi đến từ Hàn Quốc. (한국에서 왔습니다.)

A : Quốc tịch nước nào ạ? (국적은 어디입니까?)
B : Việt Nam. (베트남입니다.)
    Tôi mang quốc tịch Việt Nam. (베트남 국적을 가지고 있습니다.)

4. 국가 / 국적 / 언어 23

- Tôi là người Việt Nam. (저는 베트남 사람입니다.)
- Quốc tịch của cô ấy là Hàn Quốc. (그녀의 국적은 한국이다.)
- Anh ấy là người hai quốc tịch. (그는 이중국적자이다.)
- Họ đã lấy quốc tịch Mỹ. (그들은 미국 국적을 취득했다.)
- Người đó đã bỏ quốc tịch Nhật Bản. (그 사람은 일본 국적을 포기했다.)

hội thoại (회화)

빙은 베트남 남자이고, 지아신은 중국 여자이다. 그들은 현재 한국에 살고 있다. 철수가 빙에게 지아신을 소개한다.

Cheolsu : Vinh, đây là Jia Xin. Người Trung Quốc.
(빙 씨, 이쪽은 지아신 씨예요. 중국 사람이에요.)

Vinh : Chào Jia Xin. Hân hạnh. Tôi là người Việt Nam.
(안녕하세요, 지아신 씨. 반가워요. 저는 베트남 사람이에요.)

Jia Xin : Hân hạnh được gặp bạn. Tôi kém cả tiếng Việt lẫn tiếng Hàn.
(만나서 반가워요. 저는 베트남어도 잘 못하고 한국어도 잘 못해요.)

Vinh : Ồ, không sao. Tôi hoàn toàn không nói được tiếng Hàn.
(오, 괜찮아요. 저는 한국어를 전혀 못하는데요.)

Nếu bạn muốn học thêm tiếng Việt, tôi sẽ dạy cho.
(베트남어를 더 공부하고 싶다면, 제가 가르쳐 드릴게요.)

A : Anh là người Hàn Quốc phải không? (한국 사람이세요?)

B : Không. tôi là người Mỹ gốc Nhật Bản.
(아니요, 전 일본계 미국인입니다.)

A : Anh nói tiếng tiếng Việt giỏi quá!
(베트남어를 아주 잘하시는군요.)

B : Tôi là giáo viên tiếng Việt mà. (저는 베트남어 선생입니다.)

A : À, thì ra là vậy! (아, 그렇군요!)

Luyện tập

Ⅰ. 호찌민시에 사는 한국인 이서니 씨가 비자 연장을 신청하는 상황입니다. 이서니 씨와 직원 사이의 대화를 완성시켜 보세요.

Nhân viên : (1) _____.
(이름이 무엇입니까?)

Lee Sunny : Tên tôi là Lee Sunny. (제 이름은 이서니입니다.)

Nhân viên : Quốc tịch của chị thế nào?
(당신의 국적은 어떻게 되세요?)

Lee Sunny : (2) _____.
(저는 한국 국적입니다.)

Nhân viên : Chị làm nghề gì? (어떤 일에 종사하세요?)

Lee Sunny : Tôi là sinh viên. (전 대학생입니다.)

Nhân viên : (3) _____.
(어디 사세요?)

Lee Sunny : Tôi sống ở số 22 đường Nguyễn Trãi.
(전 22번지 응웬짜이 거리에 삽니다.)

Ⅱ. 다음 중 알맞은 것을 하나 골라 보세요.

(1) _____ ở Châu Âu.

　① Nhật Bản　　② Nam Phi　　③ Pháp

(2) _____ ở Châu Phi.

　① Cuba　　② Ai Cập　　③ Pakistan

(3) _____ ở Châu Mỹ.

　① Mexico　　② Iran　　③ Madagascar

(4) _____ ở Châu Á.

　① Việt Nam　　② Canada　　③ Nga

(5) _____ ở Châu Úc.

　① Đức　　② New Zealand　　③ Hàn Quốc

4. 국가 / 국적 / 언어

05 직업 (NGHỀ NGHIỆP)

피부과의사 bác sĩ da liễu   신경외과의사 bác sĩ khoa ngoại thần kinh
유사요법사 y sĩ vi lượng đồng căn   수의사 bác sĩ thú y

가수 ca sĩ	모델 người mẫu
건축가 kiến trúc sư	목사 mục sư
건축인부 công nhân xây dựng	바텐더 người phục vụ ở quầy rượu
검사 uỷ viên công tố	배관공 thợ làm đường ống
경비원 bảo vệ	배우 diễn viên
경찰관/공안 cảnh sát/công an	번역가 người biên dịch
공무원 công chức, nhân viên nhà nước	변호사 luật sư
공증인 công chứng viên	보석세공인 thợ bạc
과일장수 người bán trái cây	부동산 중계인 người môi giới bất động sản
과학자 nhà khoa học	비서 thư kí
관리자 người quản lí	빵집 주인 chủ tiệm bánh mì
교사 giáo viên	사서 thủ thư
교수 giáo sư	사진사 thợ chụp ảnh
구두닦이 người đánh giày	사장 giám đốc
구두장인 thợ làm giày	상인 thương nhân
군인 quân nhân, bộ đội	생선장수 người bán cá
근로자 công nhân	선원 thuyền viên
기술자 chuyên gia kỹ thuật, kỹ sư	소방관 lính cứu hoả
(버스/택시)기사 tài xế (xe buýt/taxi)	승무원 phi hành đoàn, thuỷ thủ đoàn
기자 phóng viên, ký giả	신부 cha, cha cố
꽃장수 người bán hoa	심판 thẩm phán
노동자 người lao động	안경사 thợ mắt kính
농부 nông dân	약사 dược sĩ
대통령 tổng thống	어부 ngư dân
대학생 sinh viên	엔지니어 kỹ sư
대학원생 học viên cao học, nghiên cứu sinh	재봉사 thợ may
디자이너 nhà thiết kế	여행가이드 hướng dẫn viên du lịch
목수 thợ mộc	연구원 nghiên cứu viên
무용가 vũ sư	예술가 nhà nghệ thuật
만화가 người vẽ truyện tranh	요리사 đầu bếp

우체부 người đưa thư	정비사 thợ bảo trì
운동선수 vận động viên thể thao	정원사 thợ làm vườn
원예가 nghệ nhân cây cảnh	정육점 주인 chủ tiệm thịt
원예사 người trồng cây cảnh	조각가 nhà điêu khắc
웨이터 phục vụ bàn, bồi bàn	종업원 nhân viên (làm nghề gì đó)
유치원보모 bảo mẫu nhà trẻ	직원 nhân viên
은행원 nhân viên ngân hàng	탐정 thám tử
음악가 nhạc sĩ	통역사 thông dịch viên
이발사 thợ cắt tóc	파일럿 phi công
자동차 정비공 thợ sửa ô tô	편집자 người biên tập
작가 tác gia, nhà văn	피부관리사 thợ chăm sóc da
장관 bộ trưởng	피아니스트 nghệ sĩ dương cầm (piano)
재단사 thợ cắt may	학생 học sinh
전기기사 kỹ sư điện	화가 hoạ sĩ
점원 nhân viên bán hàng	회사원 nhân viên công ty
접수원 tiếp tân	경리 kế toán
정보처리기사 kỹ sư xử lý thông tin	

 직업 묻고 답하기

A : Anh làm nghề gì? (직업이 뭔가요?)

B : Tôi là nhân viên công ti. (저는 회사원입니다.)

A : Anh làm việc ở đâu? (어디서 일하십니까?)

B : Tôi là việc ở Tập đoàn Sunny. (저는 서니 그룹에서 일합니다.)

Luyện tập

I. 맞는 단어를 골라보세요.

(1) Bác sĩ làm việc ở _____.
   (의사는 ....에서 근무한다.)
   ① trường học   ② bệnh viện

(2) Kế toán làm việc ở _____.
   (경리는 ....에서 근무한다.)
   ① công ty   ② chợ

(3) Đầu bếp làm việc ở _____.
   ① nhà máy   ② nhà hàng

II. 다음 사람들의 직업은 무엇일까요?

(1) Người lái xe buýt. Đó là _____.
   (버스를 운전하는 사람)

(2) Người dạy học. Đó là _____.
   (강의하는 사람)

(3) Người vẽ tranh. Đó là _____.
   (그림을 그리는 사람)

(4) Người hát. Đó là _____.
   (노래를 부르는 람)

(5) Người chụp ảnh. Đó là _____.
   (사진을 찍는 사람)

06 신체와 건강 (THÂN THỂ VÀ SỨC KHOẺ)

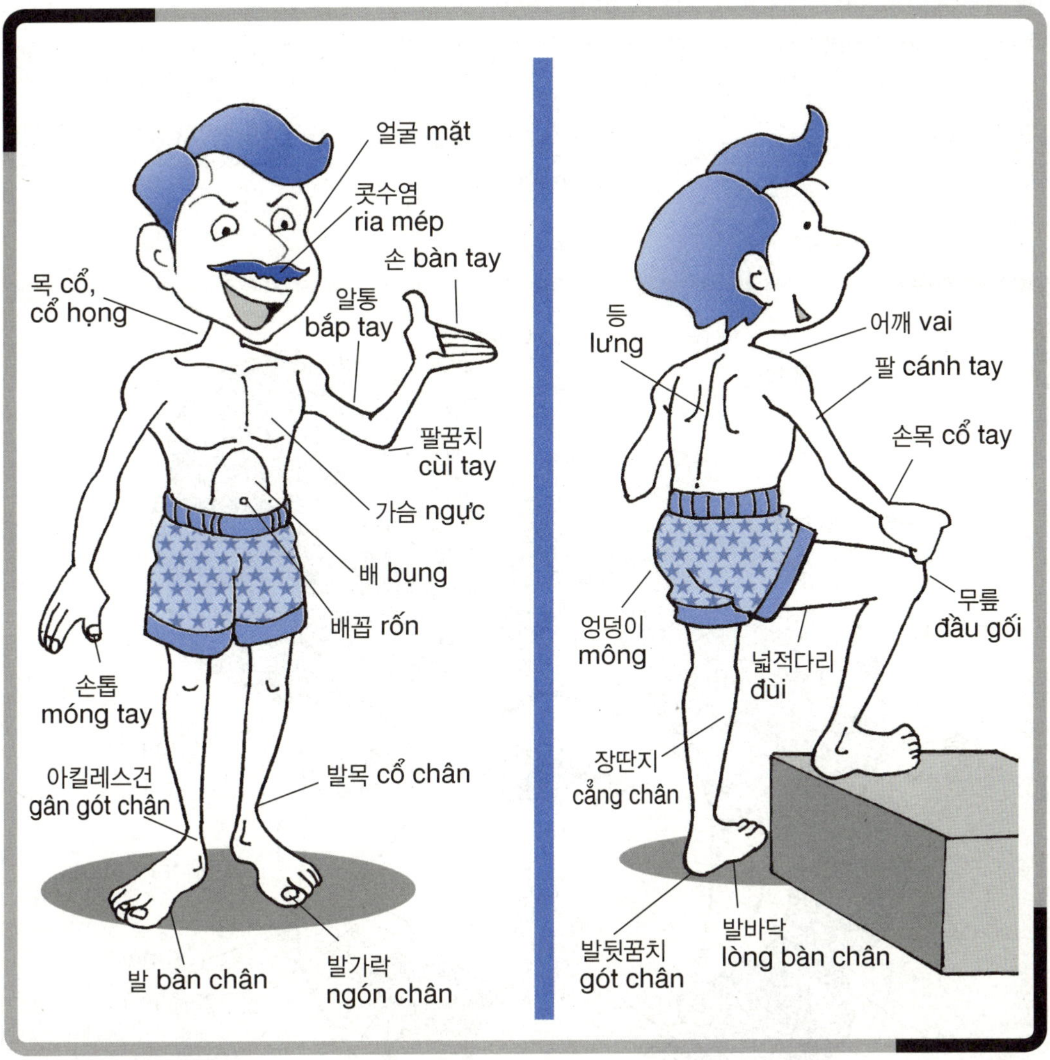

얼굴 mặt
콧수염 ria mép
손 bàn tay
목 cổ, cổ họng
알통 bắp tay
팔꿈치 cùi tay
가슴 ngực
배 bụng
배꼽 rốn
손톱 móng tay
아킬레스건 gân gót chân
발목 cổ chân
발 bàn chân
발가락 ngón chân

등 lưng
어깨 vai
팔 cánh tay
손목 cổ tay
엉덩이 mông
넓적다리 đùi
무릎 đầu gối
장딴지 cẳng chân
발뒷꿈치 gót chân
발바닥 lòng bàn chân

 신체 묘사

건장한 cường tráng	건강한 khoẻ mạnh	키 큰 cao
키 작은 lùn	포동포동한 tròn trịa	살찐 béo
비만한 béo phì	날씬한 thon thả	마른 gầy
해골처럼 마른 gầy trơ xương		

 체내 기관

피부 da	근육 cơ bắp	뼈 xương
힘줄 gân	심장 tim	피 máu
동맥 động mạch	정맥 tĩnh mạch	뇌 não
목구멍 họng, cổ họng	기관지 khí quản	간 gan
장 ruột	소장 ruột non, tiểu tràng	대장 ruột già, đại tràng
맹장 ruột thừa	방광 bàng quang, bọng đái	신경 thần kinh
위 dạ dày, bao tử	척추 xương sống	

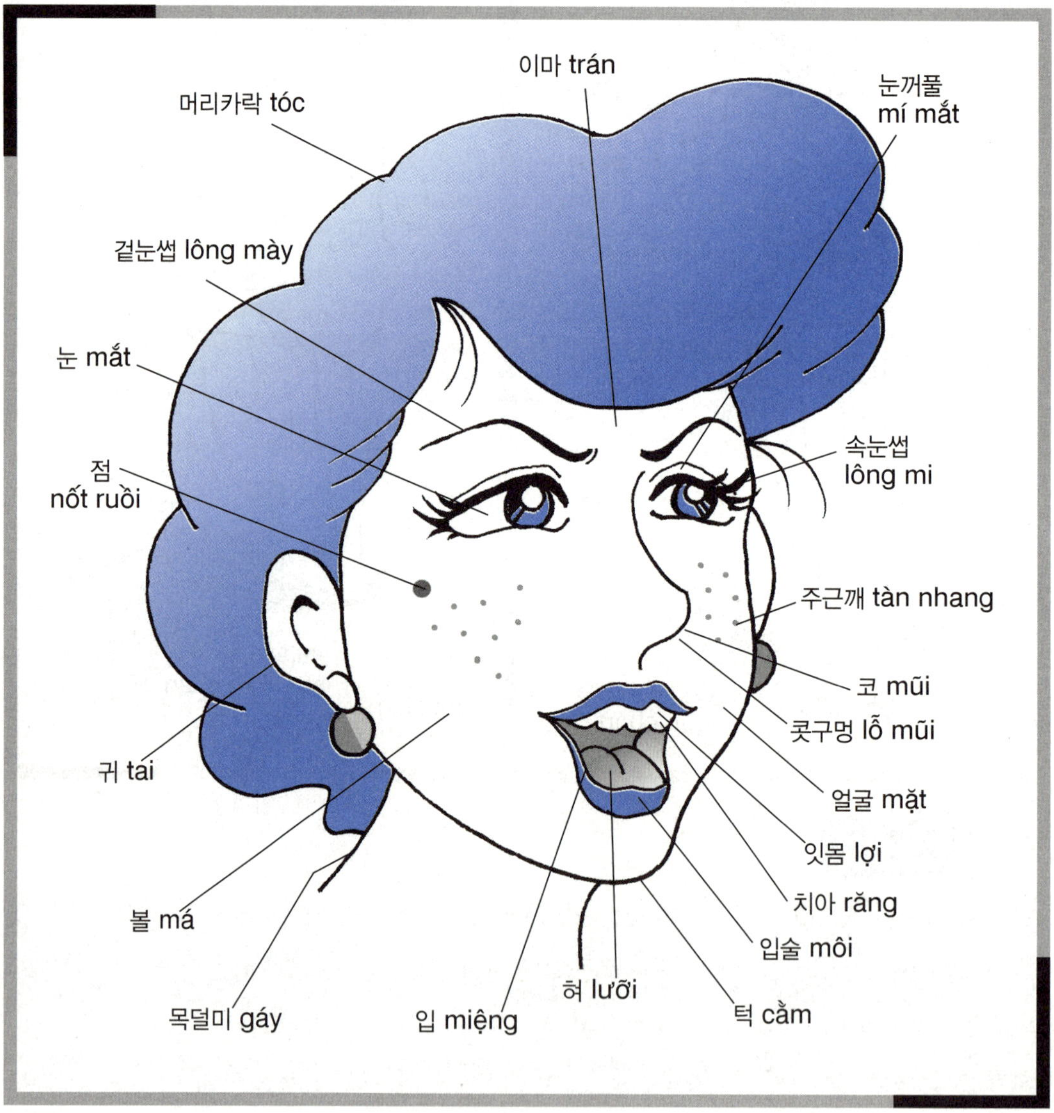

- 이마 trán
- 머리카락 tóc
- 눈꺼풀 mí mắt
- 겉눈썹 lông mày
- 눈 mắt
- 속눈썹 lông mi
- 점 nốt ruồi
- 주근깨 tàn nhang
- 코 mũi
- 콧구멍 lỗ mũi
- 귀 tai
- 얼굴 mặt
- 잇몸 lợi
- 치아 răng
- 볼 má
- 입술 môi
- 목덜미 gáy
- 혀 lưỡi
- 입 miệng
- 턱 cằm

얼굴 묘사

뾰족한 코 mũi nhọn	들창코 mũi xếch
주먹코 mũi to, mũi bè	움푹 들어간 눈 mắt lõm
가늘게 찢어진 눈 mắt lươn, mắt hí	숱이 많은 눈썹 lông mày rậm
부은 얼굴 mặt sưng	슬픈 얼굴 mặt buồn
밝은 얼굴 khuôn mặt sáng sủa	통통한 얼굴 khuôn mặt bầu bĩnh

 머리 스타일 표현

곱슬머리 tóc xoăn	광택이 나는 머리 tóc óng mượt
금발 머리 tóc vàng	갈색 머리 tóc nâu
빨간 머리 tóc hung	긴 머리 tóc dài
끝이 갈라진 머리 tóc chẻ	땋아 늘인 머리 tóc thắt bím
기름진 머리 tóc dầu	묶은 머리 tóc cột, tóc búi
뻣뻣한 머리 tóc cứng	숱이 많은 머리 tóc dày
스트레이트 머리 tóc thẳng	어깨까지 내려오는 머리 tóc chấm vai
염색한 머리 tóc nhộm	파마한 머리 tóc uốn
푸석한 머리 tóc xơ	흰 머리 tóc bạc
대머리 đầu hói	

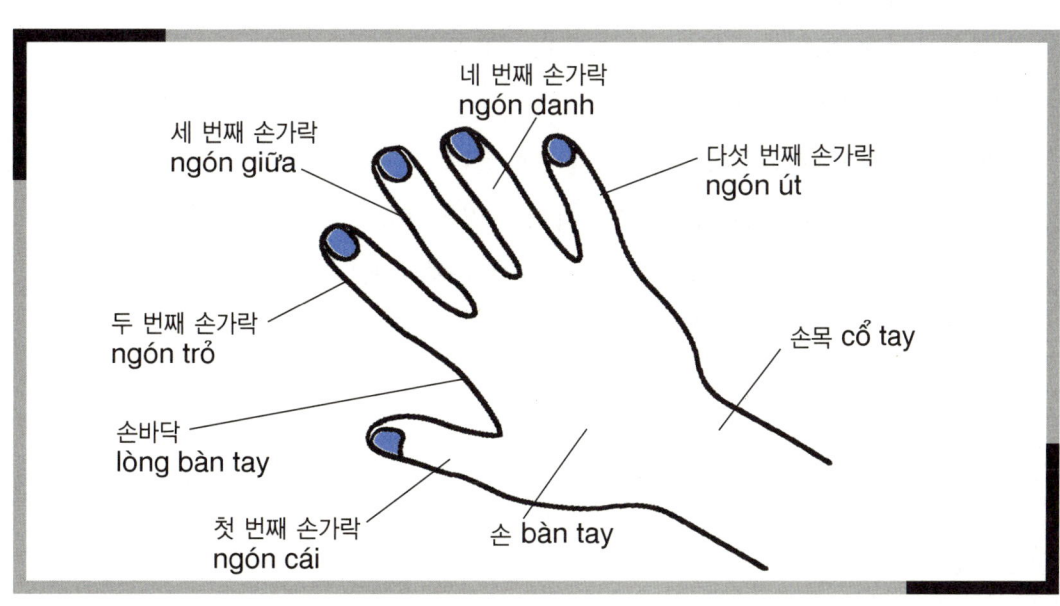

 **진료 표현**

간호 chăm bệnh	피검사 xét nghiệm máu
대변 검사 xét nghiệm phân	소변 검사 xét nghiệm nước tiểu
구급 cấp cứu	구급차 xe cấp cứu
마취 gây mê	인공호흡 hô hấp nhân tạo
혈압 huyết áp	X선 사진 hình chụp tia X
혈액형 nhóm máu	

 아픈 곳과 병을 묻고 답하기

A : Anh đau ở đâu? (어디가 아프세요?)
B : Tôi đau bụng / đầu. (나는 배 / 머리가 아파요.)

A : Chị cảm thấy đau ở đâu? (어디에 통증을 느끼세요?)
B : Tôi đau hông / vai. (나는 허리 / 어깨가 아파요.)

A : Khó chịu như thế nào? (어떻게 불편하세요?)
B : Tiêu hoá không tốt. (소화불량이다.)

- Cô ấy đau đầu. (그녀는 두통이 있다.)
- Tôi bị sốt và ho. (난 열이 나고 기침을 한다.)
- Tôi bị trật cổ tay. (난 팔목을 뺐다.)
- Em tôi bị trật cổ chân. (동생은 발목을 뺐다.)
- Anh ấy bị gãy (cánh) tay. (그는 팔이 부러뜨렸다.)
- Tôi bị (cứa) đứt ngón tay. (나는 손가락을 베었다.)
- Tôi bị chảy máu. (나는 피를 흘린다.)

신체와 관련된 표현

- Đầu muốn nổ tung. (머리가 터질 것 같아.)
- Em phải có cái đầu lạnh. (너는 냉철한 머리를 가져야 한다.)
- Nóng mắt, nhức mắt. (눈이 따갑다.)
- Nó để mắt đến cô ấy. (그가 그녀에게 눈독을 들였다.)
- Chảy nước mũi. (콧물이 난다.)
- Bị nghẹt mũi. (코가 막혔다.)
- Cô ấy có sống mũi cao. (그녀는 콧대가 높다.)
- Hắn là người độc mồm độc miệng. (그는 독설가이다.)
- Tôi bận tối tăm mặt mũi. (나는 정신없이 바쁘다.)
- Vấn đề đó làm tôi bận tâm. (그 문제가 내 마음에 걸린다.)

 감각(cảm giác)

- Sức nghe của bà không được tốt.
 (할머니는 청력이 좋지 않다.)
- Thị lực của ông ấy vẫn còn rất tốt.
 (그의 시력은 아직 아주 좋다.)
- Chó có khứu giác phát triển.
 (개는 후각이 잘 발달되어 있다.)
- Lưỡi cô ấy rất nhạy. Phân biệt được tất cả các vị.
 (그녀는 혀가 아주 예민하시다. 모든 맛을 잘 알아낸다.)
- Vì lạnh nên ngón tay mất cảm giác.
 (나는 추워서 손가락의 감각이 무뎌졌다.)
- Anh ấy giỏi cảm nhận vẻ đẹp.
 (그는 미적(美的) 감각이 뛰어나다.)
- Bé này không có cảm nhận về màu sắc.
 (이 아이는 색체(色體)에 대한 감각이 없다.)

맛 (vị)

단 ngọt	짠 mặn	신 chua
쓴 đắng	매운 cay	싱겁다 nhạt
맛없는, 무미한 không có vị		

병 (bệnh)

감기 cảm	코감기 cảm sổ mũi	독감 cảm cúm
발열 phát sốt	발진 phát ban	경련 co giật
간질 động kinh	뇌졸중 chứng đột quỵ	당뇨 tiểu đường
수두 thuỷ đậu	습진 chàm	암 ung thư
알레르기 dị ứng	에이즈 sida	천식 hen suyễn
편두통 đau nửa đầu	오한 ớn lạnh	이하선염 quai bị
홍역 sởi	염증 chứng viêm	편도선염 viêm amiđan
결막염 viêm kết mạc	폐렴 viêm phổi	맹장염 viêm ruột thừa
동상 cước(tay chân, do rét)	충치 sâu răng	치석 cao răng
화상 bỏng	염좌 bong gân	골절 gãy xương
상처 vết thương		

약품 (dược phẩm)

기침약 thuốc ho	멀미약 thuốc chống nôn	진정제 thuốc an thần
진통제 thuốc giảm đau	항생제 thuốc kháng sinh	소염제 thuốc chống viêm
수면제 thuốc ngủ	비타민 vitamin	아스피린 aspirin
칼슘 canxi	인슐린 insulin	백신 vắc xin
시럽 si rô	연고 thuốc cao	알약 thuốc viên
좌약 thuốc nhét	캡슐 viên con nhộng	피임약 thuốc ngừa thai

Thể dục (체조)

Giơ tay lên.
(팔을 든다.)

Đứng dang chân.
(다리를 벌리고 서있다.)

Gập người xuống.
(허리를 구부린다.)

Nâng một chân và đứng
bằng một chân.
(한쪽 다리를 들어 올리고
한 다리로 서 있다.)

Dang tay sang bên.
(팔을 옆으로 펼친다.)

Khép chân nâng lên.
(다리를 모아서 든다.)

Xoay đầu một vòng.
(머리를 한 바퀴 돌린다.)

Cúi đầu xuống.
(머리를 숙인다.)

Gập người sang phải và sang trái.
(상체를 오른쪽과 왼쪽으로 숙인다.)

Nằm xuống. (눕는다.)

Đang nằm. (누워있다.)

Đứng dậy. (일어선다.)

Đang đứng. (서 있다.)

Ngồi xuống. (앉는다.)

Đang ngồi. (앉아 있다.)

약품과 의료기구 (dược phẩm và dụng cụ y tế)

약제 dược tế	소독약 thuốc tiêu độc	탈취제 chất khử mùi
일회용 밴드 miếng dán (dùng một lần)		탐폰 nút gạc
거즈 gạc	반창고 băng dán	붕대 băng
부목 nẹp	깁스 băng quấn	목발 cái nạng
탄력붕대 băng đàn hồi	생리대 băng vệ sinh	선크림 kem chống nắng
약용 크림 kem bôi	젤 gel, thuốc bôi trơn	방충제 long não
콘돔 bao cao su	주사기 ống tiêm	처방전 toa thuốc

Luyện tập

I. 다음 대화를 완성하시오.

(1) 병원에서

　　A : 1) Cô _____ ở đâu?
　　　　(어디 아프세요? 아가씨.)

　　B : Đau _____ và _____ .
　　　　(목과 머리가 아파요.)

　　A : Hãy thè _____ xem.
　　　　(혀 좀 내밀어 보세요.)

　　　　Bị _____ rồi!
　　　　(열이 있군요.)

　　B : Tôi bị _____ nữa.
　　　　(전 기침도 합니다.)

　　　　Bây giờ tôi đang mang thai.
　　　　(지금 전 임신 중입니다.)

(2) 약국에서

　　A : Chào dược sĩ. Tôi bị _____ .
　　　　(약사님, 안녕하세요? 전 감기에 걸렸습니다.)

　　　　Đây là _____ .
　　　　(여기 처방전이 있습니다.)

　　B : Hãy uống này một ngày 3 lần sau khi ăn.
　　　　(이 알약을 하루에 3번 식후에 드세요.)

　　　　Và khi sốt thì hãy uống _____ này.
　　　　(그리고 열이 있을 때는 이 시럽을 드세요.)

　　A : Vâng. Hãy cho _____ luôn đi ạ.
　　　　(네. 그리고 제게 비타민도 주세요.)

07 날씨 (THỜI TIẾT)

Mùa xuân ấm áp.
(봄은 따뜻하다.)
Hoa nở khắp nơi.
(여기저기 꽃이 핀다.)

Mùa hè nóng nực.
(여름은 덥다.)
Người ta đi ra bờ biển.
(사람들은 해변으로 나간다.)

Mùa thu mát mẻ.
(가을은 서늘하다.)
Lá vàng rơi.
(낙엽이 떨어진다.)

Mùa đông lạnh lẽo.
(겨울은 춥다.)
Tuyết rơi.
(눈이 온다.)

봄 mùa xuân	여름 mùa hè	가을 mùa thu
겨울 mùa đông	따뜻하다 ấm áp	덥다 nóng, nóng nực
서늘하다 mát, mát mẻ	춥다 lạnh, lạnh lẽo	꽃이 피다 hoa nở
해변 bờ biển	낙엽 lá rụng, lá vàng	떨어지다 rơi, rụng
눈 tuyết		

Tuyết rơi nhiều. (눈이 많이 온다.)
Trẻ con chơi ném tuyết và làm người tuyết.
(아이들이 눈싸움을 하고, 눈사람을 만든다.)

Mưa to. (비가 많이 온다.)
Thời tiết ẩm ướt.
(날씨가 습하다.)

Gió thổi. (바람이 분다.)
Mọi người thả diều.
(사람들이 연을 날린다.)

Thời tiết tốt. (날씨가 좋다.)
Người ta đi tản bộ.
(사람들은 산책을 한다.)

Trời nắng.
(햇볕이 난다.)
Người ta bị ăn nắng.
(사람들이 선탠을 한다.)

Mây kéo đến.
(구름이 끼었다.)
Có lẽ sẽ mưa.
(비가 올 것 같다.)

Đường bị đóng băng.
(길이 빙판이다.)
Mặt đường trơn trợt.
(길바닥이 미끄럽다.)

날씨 묻고 답하기

A : Hôm nay thời tiết thế nào? (오늘 날씨가 어떻습니까?)
B : Tuyết rơi. (눈이 온다.)
   Trời mưa. (비가 온다.)
   Mưa phùn. (이슬비가 내린다.)
   Mưa đá. (우박이 내린다.)
   Sấm. (천둥이 친다.)
   Chớp. (번개가 친다.)
   Sương giá. (서리가 내렸다.)
   Kéo mây. (구름이 끼었다.)
   Trời trong. (날씨가 맑다.)
   Gió thổi. (바람이 분다.)
   Sương giăng. (안개가 끼었다.)
   Nóng. (덥다.)
   Oi bức. (무덥다.)
   Ấm áp. (따뜻하다.)
   Mát mẻ. (선선하다.)
   Se lạnh. (쌀쌀하다.)
   Lạnh. (춥다.)
   Ôn hoà. (온화하다.)
   Dễ chịu. (쾌적하다.)

온도 묻고 답하기

A : Mấy độ? (몇 도인가요?)

B : 25 độ. (25도입니다.)

Âm 10 độ. (영하 10도입니다.)

A : Nhiệt độ cao nhất hôm nay thế nào?
(오늘의 최고 온도가 어떻게 됩니까?)

B : Nhiệt độ cao nhất là 30 độ. (최고 온도는 30도입니다.)

A : Nhiệt độ thấp nhất hôm nay thế nào?
(오늘의 최저 온도가 어떻게 됩니까?)

B : Nhiệt độ thấp nhất là 15 độ. (최저 온도는 15도입니다.)

기타 날씨 표현

- Hôm nay thời tiết tốt. (오늘은 날씨가 좋습니다.)
- Mặt trời rực rỡ xuất hiện. (화창한 해가 났습니다.)
- Sương giăng. (안개가 끼었습니다.)
- Khoảng cách có thể nhìn thấy rất gần. (가시거리가 매우 낮습니다.)
- Khoảng cách có thể nhìn thấy là 20m. (가시거리가 20미터입니다.)
- Nóng nghẹt thở. (숨 막히는 더위입니다.)
- Lạnh khủng khiếp. (끔찍하게 춥다.)
- Bên ngoài rét như cắt da thịt. (밖에는 살을 에는 듯이 춥다.)
- Thời tiết quang đãng. (날씨가 갠다 / 개었다.)
- Trên trời đang kéo mây đen. (하늘에 먹구름이 껴있다.)

기후 khí hậu	소낙비 mưa rào	눈보라 bão tuyết
천둥 sấm	번개 chớp	우박 mưa đá
폭풍 bão	먹구름 mây đen	

Luyện tập

I. 날씨에 관한 대화 중 빈칸을 채워 넣어보세요.

(1) A : Hôm nay _____ thế nào?
 (오늘 날씨가 어때요?)

 B : Có lẽ sẽ _____. (비가 올 것 같아요.)

 A : Thật ư? Trên trời chưa có đám _____ nào mà.
 (진짜? 아직 하늘에 구름 한 점 없잖아.)

(2) A : Ở Sài Gòn đang mưa _____.
 (사이공에는 비가 많이 오고 있어.)

 B : Bây giờ ở Vĩnh Long _____.
 (지금 빙롱에는 개었어.)

 Có lẽ một tiếng sau ở Sài Gòn sẽ hết mưa.
 (아마도 한 시간 후에는 사이공에 비가 더 이상 오지 않을 거야.)

(3) A : _____ rơi nhiều.
 (눈이 많이 온다.)

 Đường bị đóng _____.
 (그리고 도로는 빙판이다.)

 B : Vẫn còn như vậy ư?
 (아직도 그렇다고?)

 Hoàn toàn khác với dự báo thời tiết!
 (일기예보에서 말한 것과 완전히 다르군.)

의복 (TRANG PHỤC)

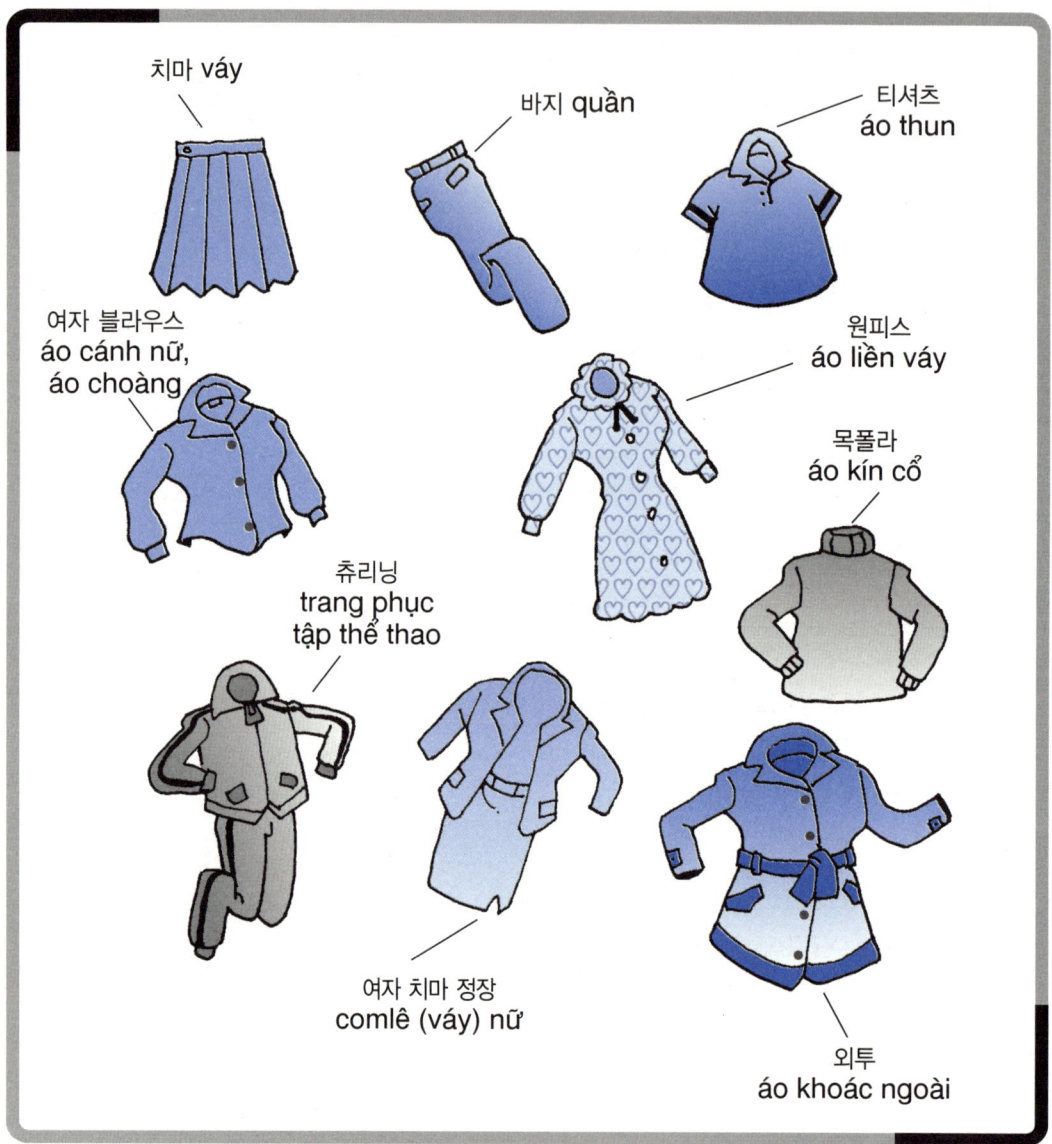

소매가 짧은 ngắn tay	소매가 긴 dài tay
소매가 없는 không tay	어깨가 드러나는 hở vai, lộ vai
앞이 깊이 파인 xẻ sâu phía trước	목까지 덮는 phủ đến cổ

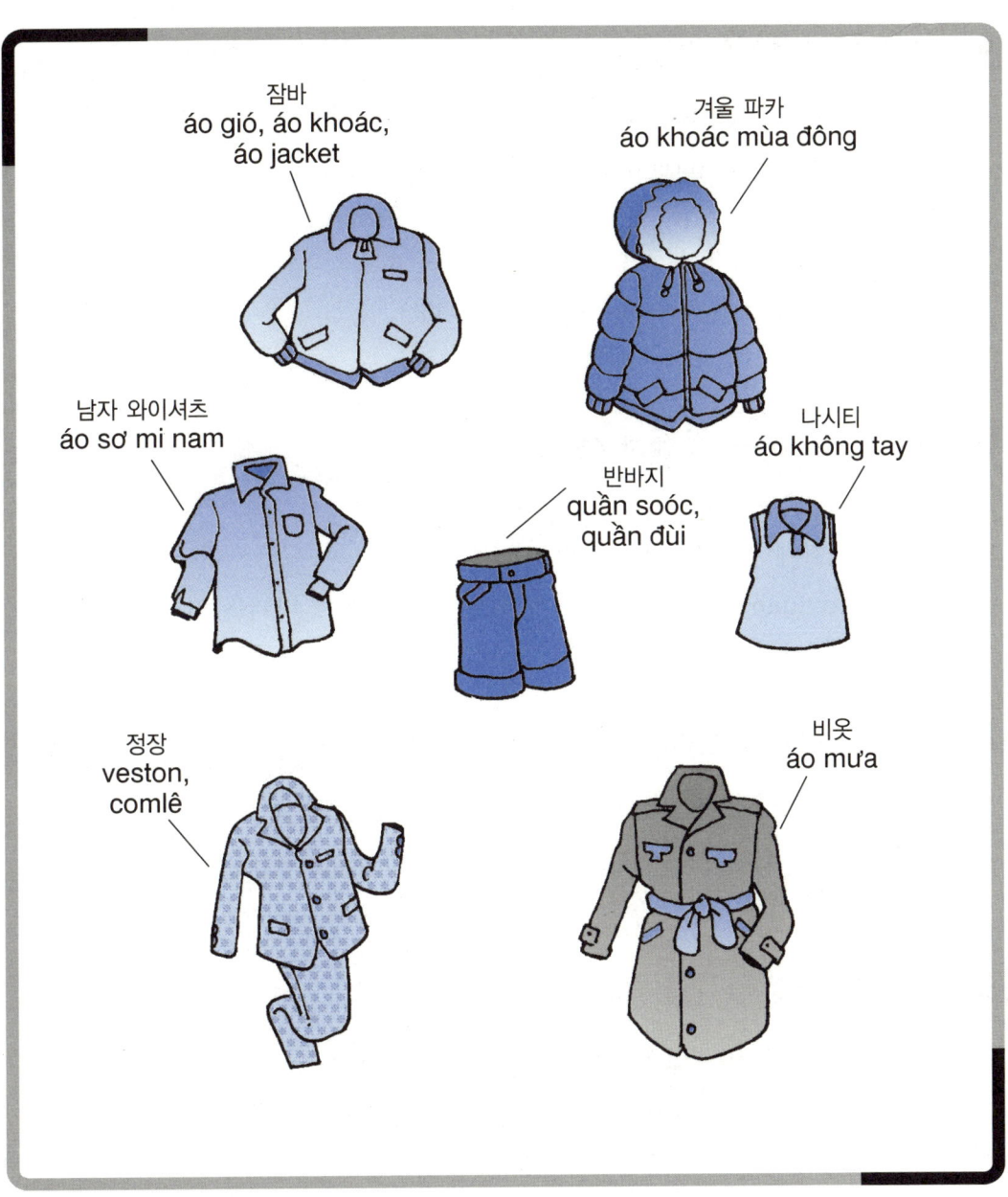

웨딩드레스 áo cưới	실내복 trang phục ở nhà
운동복 trang phục thể thao	스키복 trang phục trượt tuyết
방한복 trang phục chống lạnh	방탄복 trang phục chống đạn
양복조끼 áo túi gilê	나이트 가운 áo khoác ban đêm
목욕 가운 áo khoác sau khi tắm	

■ mặc 〈옷〉 : 〈옷〉을 입다

A : Bạn sẽ mặc gì tại tiệc tối nay? (오늘 저녁 파티에서 무엇을 입을 거니?)

B : Tôi sẽ mặc bộ đầm dạ tiệc. (난 이브닝드레스를 입을 거야.)

- Mặc quần áo đi. Chúng ta sẽ đi ngay.
  (옷을 입어라. 우리가 바로 갈 것이다.)
- Sunny ăn mặc đẹp. (서니는 옷을 잘 입는다.)

■ mặc 〈옷〉 cho ~ : ~에게 〈옷을〉 입히다.

- Mặc ấm cho con nhé. Bên ngoài lạnh lắm.
  (애를 따뜻하게 입혀라. 밖이 춥다.)
- Thúy mặc quần mới cho con. (튀 씨는 아이에게 새 바지를 입혔다.)

■ cởi 〈옷〉 : 〈옷〉을 벗다

- Kiên cởi quần áo đi tắm. (끼엔은 옷을 벗고 샤워한다.)
- Vì nóng nên đã cởi áo gió. (더워서 잠바를 벗었다.)

■ thay 〈옷〉 : 〈옷〉을 갈아입다

- Hiếu thay áo thun. (헤우는 티셔츠를 갈아입는다.)
- Ướt cả rồi. Mau thay quần áo đi. (완전히 젖었다. 빨리 옷을 갈아입어라.)

■ 〈옷〉이 quá ~ : 〈옷〉이 너무 ~

- Áo sơ mi này quá rộng / chật. (이 셔츠가 너무 크다 / 작다.)
- Quần jean này quá ngắn / dài. (이 청바지가 너무 짧다 / 길다.)
- Phương theo thời trang. (프엉은 유행을 잘 따른다.)
- Khang lạc hậu về thời trang. (캉은 유행에 뒤떨어진다.)

할인 및 매매방식

교환 đổi	바겐세일 bán giảm giá
할인 hạ giá, giảm giá	점포정리 할인 giảm giá thanh lý cửa hàng
환불 hoàn tiền	할부상환 trả chậm
할부판매 bán trả góp	할부구매 mua trả góp

의복관련 속담

Người đẹp vì lụa. (옷이 날개다.)

의복과 복장

- 캐주얼 복 trang phục giản dị
- 평상복 trang phục bình thường
- 야회복 trang phục dạ hội
- 파티복 trang phục dự tiệc
- 신사복 trang phục quý ông
- 숙녀복 trang phục quý bà
- 결혼 의상 trang phục kết hôn
- 군복 quân phục
- 상복 tang phục
- 유니폼 đồng phục
- 교복 đồng phục học sinh
- 예복 lễ phục
- (군인, 경찰 등의) 정복 trang phục chính thức, lễ phục
- 반드시 예복을 착용할 것 Phải mặc lễ phục.

- 면으로 만든 와이셔츠 áo sơ mi làm bằng cotton
- 모로 만든 스웨터 áo ấm làm bằng len
- 아마로 만든 셔츠 sơ mi làm từ xơ
- 비단으로 만든 블라우스 áo khoác làm bằng tơ
- 폴리에스터로 만든 재킷 áo gió làm bằng polyester
- 밍크 코트 áo choàng lông chồn
- 니트 원피스 áo liền váy dệt kim
- 가죽 치마 váy da

Luyện tập

Ⅰ. 다음 낱말에 해당하는 베트남어를 말해 보세요.

(1) 정장　　_____

(2) 치마　　_____

(3) 원피스　_____

(4) 티셔츠　_____

(5) 바지　　_____

Ⅱ. 다음 문장을 베트남어로 말해 보세요.

(1) 너 오늘 무엇을 입을 거니?
_____

(2) 여기가 덥습니다. 외투를 벗으세요.
_____

(3) 옷을 따뜻하게 입으세요. 밖에 추워요.
_____

(4) 이 셔츠가 내게 너무 큽니다.
_____

(5) 이 바지가 너무 깁니다.
_____

09 속옷/소품들 (ĐỒ LÓT/PHỤ KIỆN)

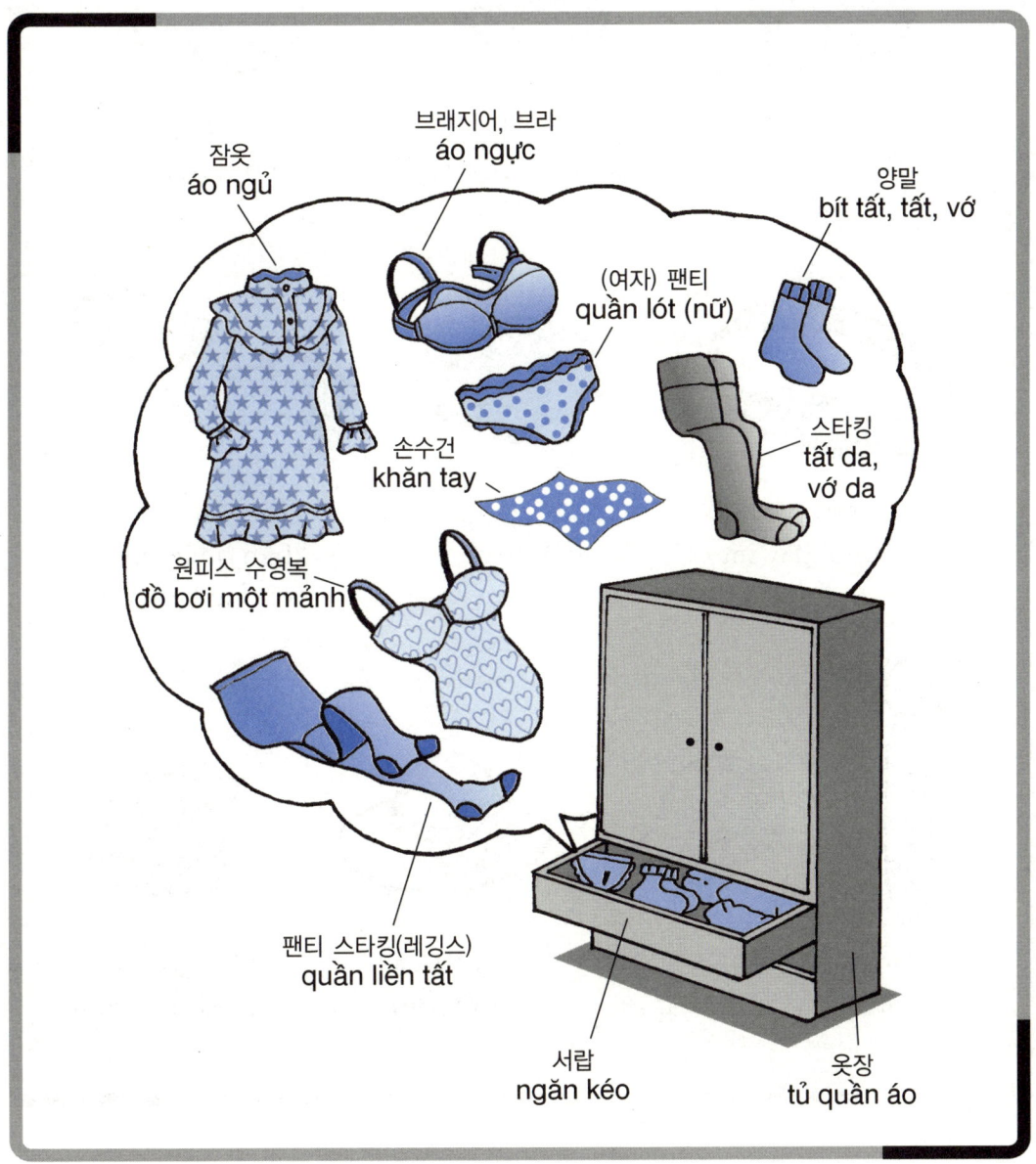

비키니 bikini
앞치마 tạp dề
수건 khăn
멜빵 dây đeo quần

 (남자) 팬티
quần lót (nam)

 장갑
găng tay, bao tay

 남자 수영복
đồ bơi (nam)

 혁대
thắt lưng, dây nịt

 베레모
mũ bê rê

 목도리
khăn quấn cổ (chống lạnh)

 넥타이
cà vạt

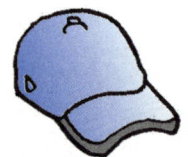 챙있는 모자
mũ cát

 밀짚모자
mũ rơm

 챙이 없는 모자
mũ không vành

나비넥타이 nơ bướm	커프스 단추 nút cài cổ tay áo
중산모 mũ quả dưa	망사 스타킹 tất da lưới, vớ da lưới
머플러 khăn choàng cổ	스카프 khăn quàng (nữ)

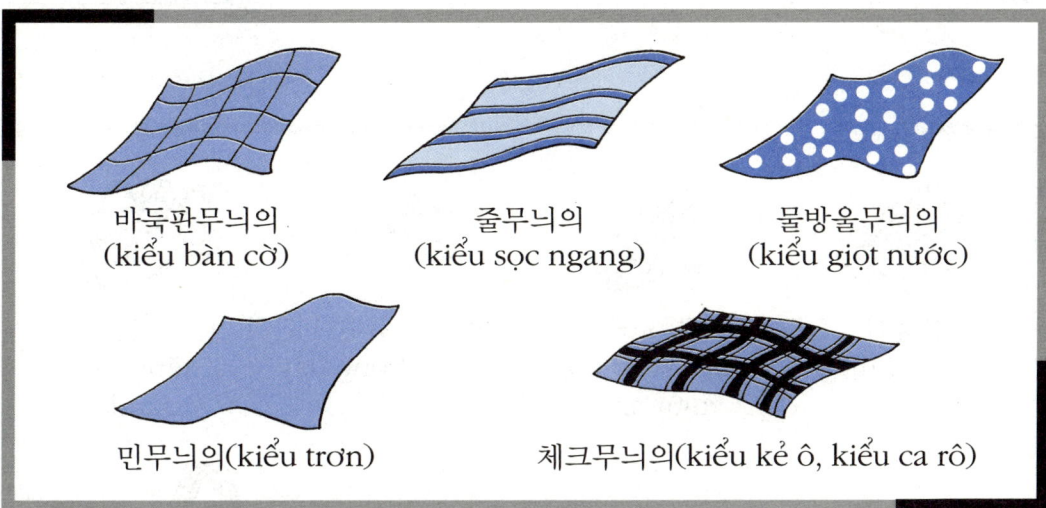

바둑판무늬의 (kiểu bàn cờ)
줄무늬의 (kiểu sọc ngang)
물방울무늬의 (kiểu giọt nước)
민무늬의(kiểu trơn)
체크무늬의(kiểu kẻ ô, kiểu ca rô)

Luyện tập

Ⅰ. 해당하는 알맞은 어휘를 넣으시오.

(1) Hãy cho xem _____ . (중산모를 보여 주세요.)

(2) Tôi muốn mua _____ kiểu giọt nước.
(저는 물방울 무늬의 손수건을 사고 싶습니다.)

(3) _____ này quá rộng đối với con gái tôi.
(이 치마는 우리 딸에게는 너무 큽니다.)

(4) Cho tôi xem _____ đó được không?
(그 넥타이를 제게 보여 주실 수 있나요?)

(5) Hãy cho xem _____ ở cửa sổ trưng bày kia.
(저기 쇼 윈도우에 있는 목도리를 보여 주세요.)

Ⅱ. 다음 두 낱말을 베트남어로 말해 보세요

(1) 수건 – 손수건
(2) 스카프 – 목도리
(3) 베레모 – 챙 모자
(4) 넥타이 – 나비넥타이
(5) 양말 – 스타킹

9. 속옷 / 소품들 | 53

10 신발/가방/귀중품 (GIÀY DÉP/TÚI XÁCH/ĐỒ QUÝ GIÁ)

운동화
giày thể thao

뾰족 구두
giày (cao gót) mũi nhọn

끈이 없는 간편한 단화
giày không dây

샌들
xăng đan, sandal

실내화
giày mang trong nhà

굽이 없는 구두
giày không gót

핸드 백
túi xách tay

서류 가방
cặp táp

부츠
giày ống

배낭
ba lô

여행용 가방
va li (du lịch)

숄더백 túi đeo vai	훈장 huân chương
배지 quân hàm, lon, huy hiệu	지갑 ví, bóp
장지갑 ví dài	동전지갑 ví đựng tiền xu
사슬모양 팔찌 chuỗi hạt đeo tay	발찌 vòng đeo chân
구두끈 dây giày	구두약 xi đánh giày
구두 밑창 miếng lót giày	신발 닦기 đồ đánh giày

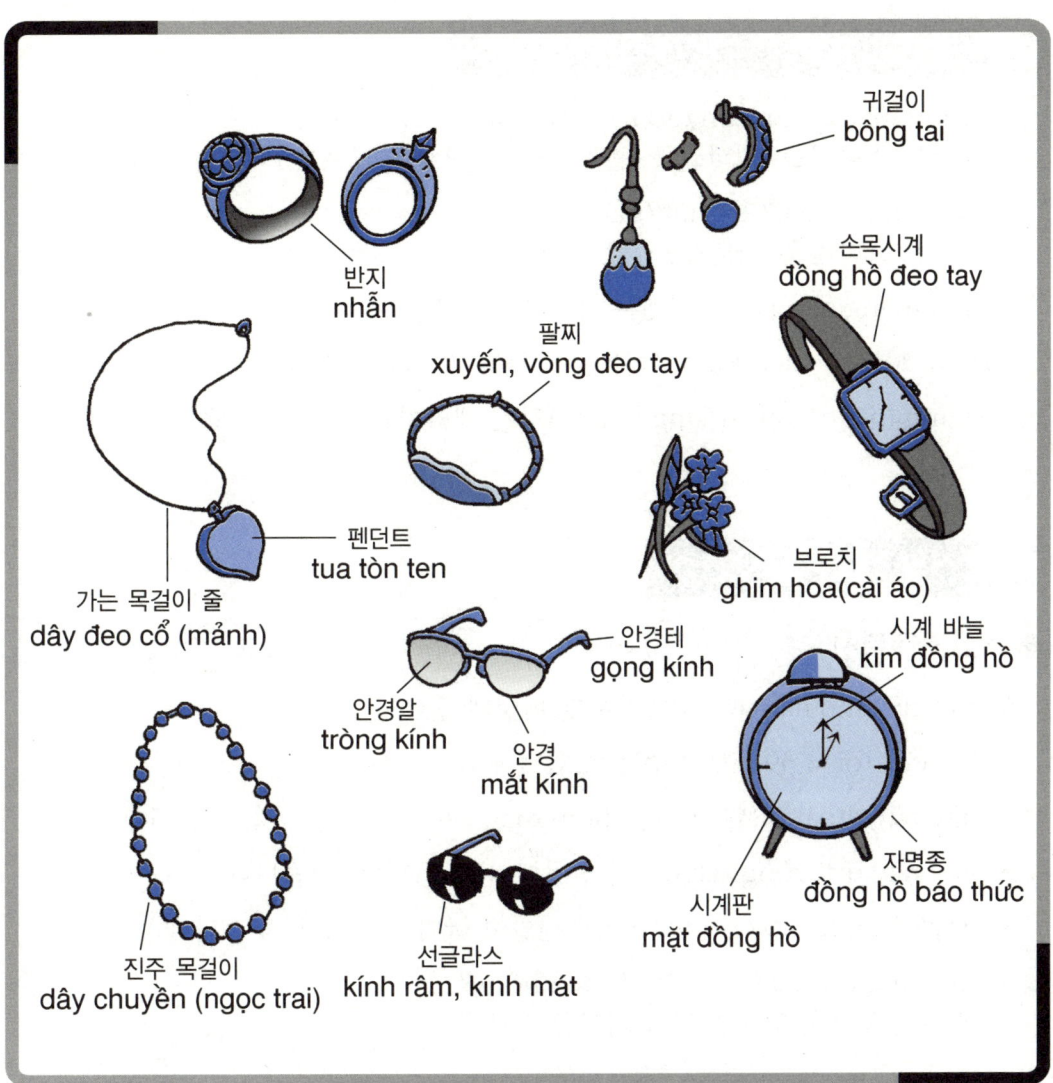

휴대폰 điện thoại cầm tay	스마트폰 điện thoại thông minh
벽시계 đồng hồ treo tường	전자시계 đồng hồ điện tử
뻐꾸기시계 đồng hồ quả lắc	시침 kim chỉ giờ
분침 kim chỉ phút	초침 kim chỉ giây

동사(입사/신다/끼다/쓰다/매다...)

- Sunny mặc quần jean / áo liền váy / áo cánh / áo gió.
  (서니는 청바지를 / 원피스를 / 블라우스를 / 재킷을 입는다.)
- Phương mang tất da / tất / giày.
  (프엉은 스타킹을 / 양말을 / 신발을 신는다.)
- Kiên mang găng tay. (끼엔은 장갑을 낀다.)
- Hiếu đội mũ / đeo kính. (헤우는 모자를 / 안경을 쓴다.)
- Khang thắt cà vạt / quàng khăn. (캉은 넥타이를 / 목도리를 맨다.)

신발·옷 등 묻고 답하기

■ 신발가게에서

A : Cỡ giày thế nào ạ? (신발 치수가 어떻게 됩니까?)

B : Cỡ của tôi là 39. (제 치수는 39입니다.)

- Giày này thoải mái / không thoải mái. (이 신발이 편합니다 / 불편합니다.)
- Giày này quá rộng / chật. (이 신발이 너무 큽니다 / 작습니다.)
- Giày này gót cao / gót thấp. (이 신발이 굽이 높습니다 / 낮습니다.)
- Tôi mang thử giày da này được không?
  (제가 이 구두를 입어 봐도 됩니까?)

■ 옷가게에서

A : Cỡ áo thế nào ạ? (옷 치수가 어떻게 되시나요?)

B : Cái đó số 38. (그것은 38 치수입니다.)

A : Có cái nào lớn / nhỏ hơn một số không? (한 치수 큰 / 작은 것이 있나요?)

B : Xin lỗi không có số đó. (죄송합니다. 그 치수는 없습니다.)

A : Phòng thử đồ ở đâu ạ? (탈의실은 어디에 있습니까?)

B : Ở đằng kia ạ. (저기에 있습니다.)

- Cái đó có nhiều cỡ đa dạng. (그것은 다양한 치수로 가지고 있습니다.)
- Cái này quá dài / ngắn. (이것은 너무 깁니다 / 짧습니다.)

■ 어울리다 /어울리지 않다

- Nơ bướm này rất hợp với em. (이 나비넥타이가 네게 잘 어울린다.)
- Áo gió đó quá hợp với bạn. (그 재킷은 네게 너무 잘 어울린다.)
- Cà vạt này không hợp với bộ vest đó.
  (그 양복에는 이 넥타이가 어울리지 않는다.)
- Cái đó rất hợp / không hợp với anh.
  (그것이 당신에게 잘 어울립니다 / 어울리지 않습니다.)

■ 맞다 / 안 맞다

- Cái này vừa thân mình. (이것이 몸에 잘 맞습니다.)
- Cái đó không vừa bàn chân. (그것이 발에 잘 안 맞습니다.)

■ 마음에 들다 / 들지 않다

- Tôi ưng ý đồng hồ này. (난 이 시계가 마음에 든다.)
- Tôi không ưng ý cái nhẫn đó. (난 그 반지가 마음에 들지 않는다.)

■ 구매의사 표현

- Tôi đã mua điện thoại thông minh. (스마트폰을 샀습니다.)
- Tôi sẽ mua dây chuyền đó. (그 목걸이를 사겠습니다.)
- Tôi không mua đồng hồ. (시계를 사지 않습니다.)

■ 유용한 다른 표현

- Đây là sản phẩm có chất liệu rất tốt.
  (이것은 매우 좋은 재질의 제품이다.)
- Đây là sản phẩm đang được yêu thích.
  (이것은 지금 인기제품입니다.)
- Chị gói cái này làm quà giúp nhé.
  (이것을 선물로 포장해 줄 수 있습니까?)

재료

실크 lụa, tơ	양모 len	면 bông, cotton
마 sợi gai	나일론 nylon	폴리에스테르 polyester
고무 cao su	가죽 da	금 vàng
백금 bạch kim	은 bạc	동 đồng
산호 san hô	상아 ngà voi	진주 ngọc trai
루비 hồng ngọc	호박 hổ phách	다이아몬드 kim cương
에메랄드 ngọc lục bảo	오팔 opan	터키석 lam ngọc
사파이어 ngọc xa-phia		

Luyện tập

I. 다음 단어를 베트남어로 말해 보세요.

(1) 운동화 _____   (2) 샌들 _____
(3) 핸드백 _____   (4) 배낭 _____
(5) 여행용 가방 _____   (6) 반지 _____
(7) 안경테 _____   (8) 배지 _____
(9) 자명종 _____   (10) 선글라스 _____

II. 다음 문장을 한국어로 말해 보세요.

(1) Cô ấy mặc áo cánh.
_____

(2) Tôi mang tất.
_____

(3) Anh ấy đeo kính râm.
_____

(4) Họ thắt cà vạt.
_____

(5) Có cái nào nhỏ hơn cái này một số không?
_____

11. 거주지/집 (NƠI CƯ TRÚ/NHÀ)

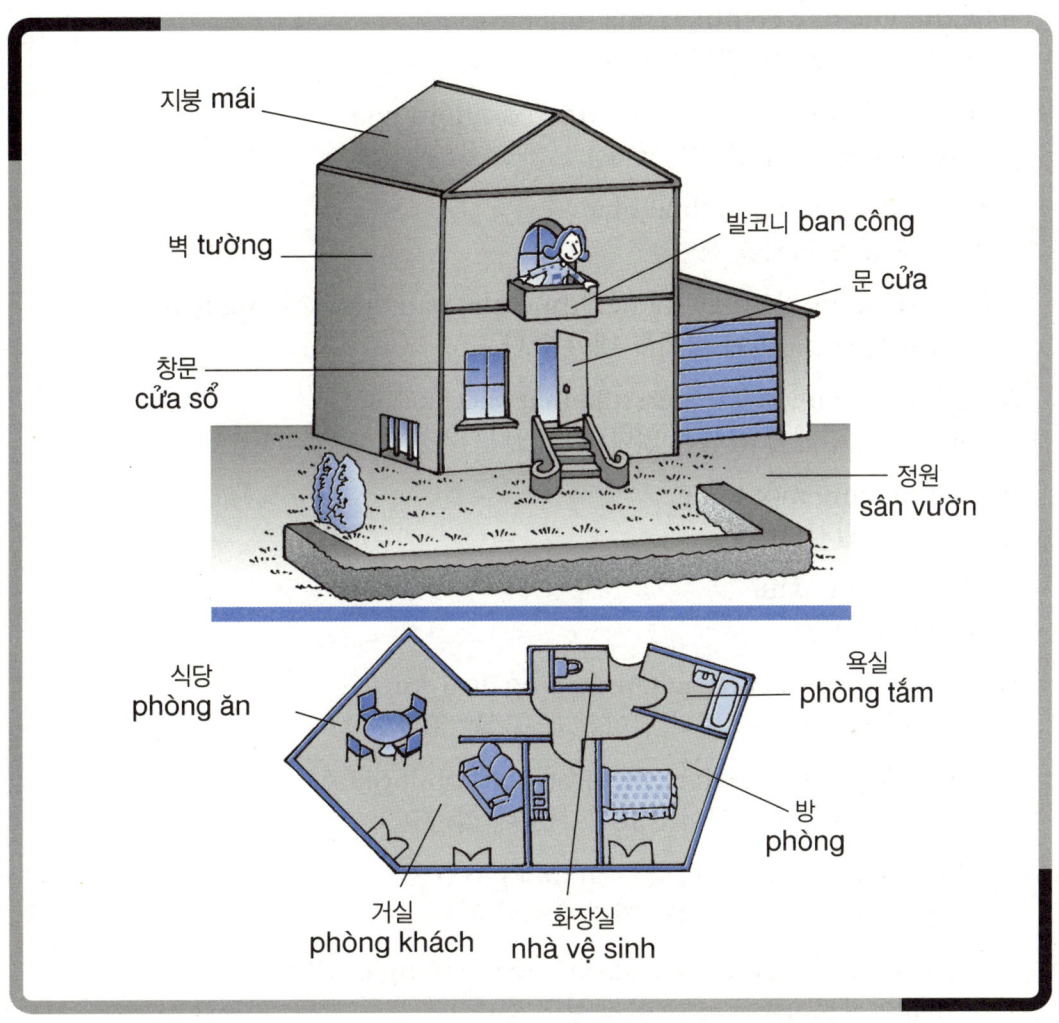

천장 nóc	바닥 sàn	계단 cầu thang
창고 kho	부엌 bếp	복도 hành lang
입구 lối vào	출구 lối ra	다락(방) (phòng) gác mái
지하실 phòng dưới đất	2층 tầng 2	지하 1층 tầng 1 dưới đất
중앙난방 sưởi giữa	개별난방 sưởi riêng	어린이 놀이터 nơi trẻ vui chơi
쓰레기통 thùng rác		

거주지 묻고 답하기

- Sunny sống ở tầng 5, chung cư 22.
  (서니 씨는 22아파트 5층에 산다.)

- Ở khu vực này có nhiều nhà nhà nước.
  (이 지역에는 공영주택이 많다.)

- Quảng cáo nhà đó xuất hiện trên báo hôm qua.
  (어제 신문에 그 집 광고가 났다.)

- Tôi trả rất nhiều tiền thuê nhà.
  (난 매우 많은 집세를 낸다.)

- Cặp vợ chồng đó phải trả tiền thuê nhà vào ngày 1 hằng tháng.
  (그 부부는 매달 1일에 집세를 내야 한다.)

A : Từ Bến xe miền Tây đến nhà mất bao lâu?
   (서부 터미널에서 집까지 얼마나 걸립니까?)

B : Mất khoảng một tiếng.
   (1시간쯤 걸립니다.)

A : Anh sống ở đâu?
   (어디 사세요?)

B : Tôi sống ở nơi cách ga tàu điện ngầm 1 km.
   (지하철역에서 1킬로미터 떨어진 곳에 살아요.)

  – Tôi sống ở nơi cách trạm xe buýt 10 phút đi bộ.
    (버스 정류장에서 걸어서 10분 거리에 살아요.)

  – Tôi sống ở nơi cách Sài Gòn một giờ ô tô.
    (사이공에서 차로 한 시간 거리에 살아요.)

  – Tôi đang sống ở phòng số 111, lô 6, chung cư 595.
    (595 아파트 6블록 111호실에 살고 있다.)

거주지 형태

빌딩 toà nhà	집 nhà
단독주택 nhà riêng	별장 biệt thự
빌라 căn hộ cao cấp	(고급) 아파트 chung cư, căn hộ (cao cấp)
통나무집 nhà gỗ thông	방갈로 nhà gỗ một tầng
초가집 nhà tranh	농가 nhà nông dân
수상 가옥 nhà sàn	기숙사 kí túc xá
하숙집 nhà trọ	

기타 관련 표현

기숙방 phòng trọ	원룸 phòng mọi thứ trong một
집주인 chủ nhà	세입자 người thuê
보증금 tiền (đặt) cọc	집세 tiền thuê nhà
방세 tiền thuê phòng	전세 thuê trọn gói
월세 tiền thuê tháng	환불 trả tiền lại
관리비 phí quản lí	소개비 phí giới thiệu
부동산중개 사무실 văn phòng môi giới bất động sản	
팔 집 nhà bán	세놓을 집 nhà cho thuê
광고 quảng cáo	계약 hợp đồng
승강기 thang máy	경비 bảo vệ
산장 sơn trang	성곽 thành quách
성 thành	탑 tháp

Luyện tập

Ⅰ. 다음 단어를 베트남어로 말해 보세요.

　　(1) 창문　　　_____

　　(2) 천장　　　_____

　　(3) 계단　　　_____

　　(4) 복도　　　_____

　　(5) 창고　　　_____

　　(6) 별장　　　_____

　　(7) 경비　　　_____

　　(8) 기숙사　　_____

　　(9) 관리비　　_____

　　(10) 계약　　 _____

Ⅱ. 다음 문장을 베트남어로 말해 보세요.

　　(1) 어디 사세요?
　　_____

　　(2) 버스정류장에서 걸어서 10분 거리에 삽니다.
　　_____

　　(3) 그녀는 5층에 삽니다.
　　_____

　　(4) 매월 1일에 집세를 지불해야 합니다.
　　_____

　　(5) 터미널에서 집까지 얼마나 걸립니까?
　　_____

12 방/거실 (PHÒNG/PHÒNG KHÁCH)

어린이용 침대 giường trẻ con	2층 침대 giường hai tầng
더블베드 giường đôi	싱글베드 giường đơn
전기담요 chăn điện	베갯잇 áo gối
드레스 룸 phòng để quần áo	옷장 tủ quần áo
(금속봉의) 옷걸이 giá treo quần áo	옷걸이 móc áo
히터 hệ thống sưởi, lò sưởi	에어컨 máy điều hoà, máy lạnh

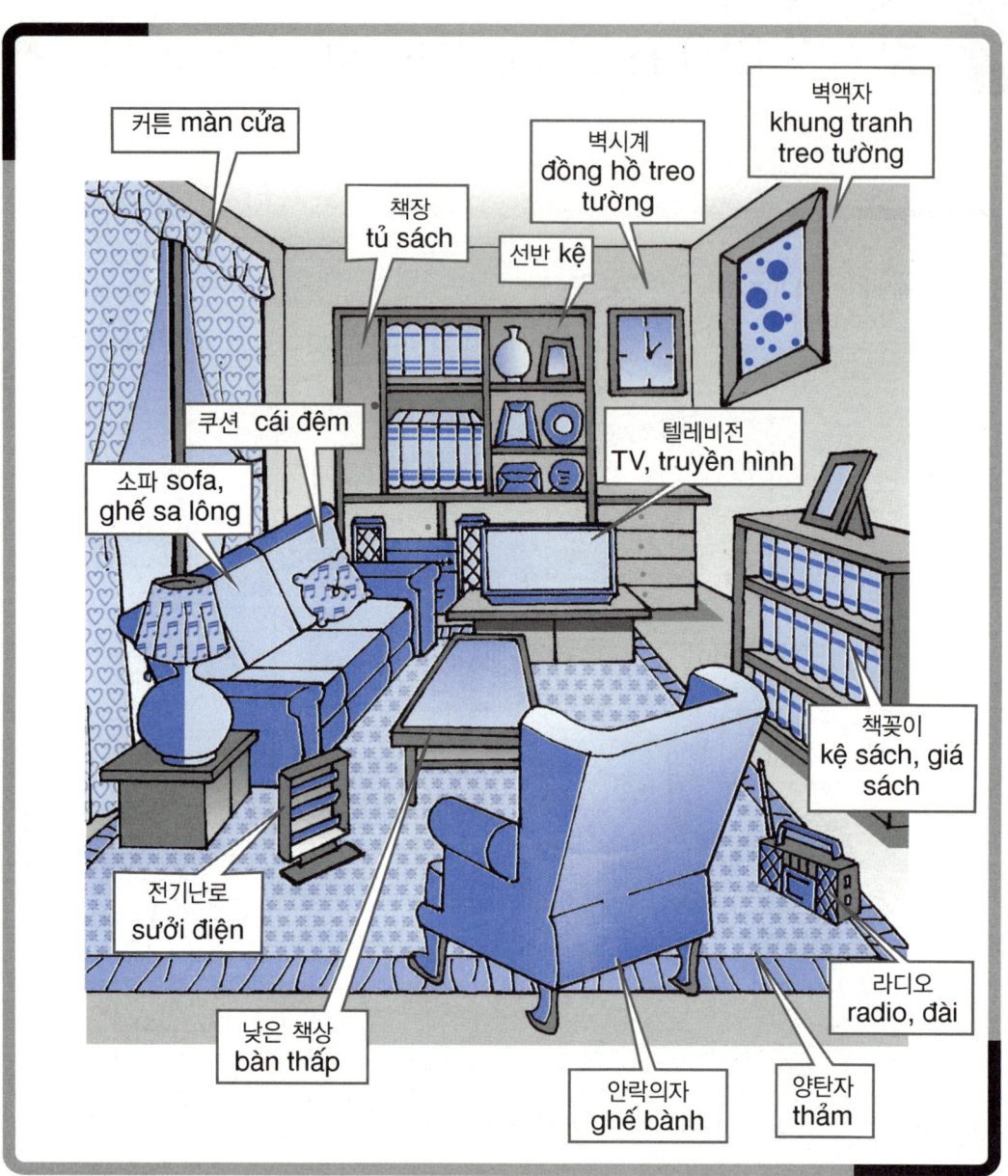

의자 ghế	동그란 의자 ghế tròn	회전의자 ghế xoay
스마트 TV TV thông minh	오디오 dàn âm thanh, audio	
리모컨 điều khiển từ xa	전화기 điện thoại	재떨이 gạt tàn
전등 đèn điện	전구 bóng đèn	스위치 công tắc
벽난로 lò sưởi âm tường	형광등 đèn huỳnh quang	환풍기 quạt thông gió
콘센트 ổ cắm	플러그 phích cắm	

Luyện tập

Ⅰ. 다음 낱말을 베트남어로 말해 보세요.

(1) 전구　　　＿＿＿＿＿＿＿＿＿＿

(2) 스탠드　　＿＿＿＿＿＿＿＿＿＿

(3) 벽장　　　＿＿＿＿＿＿＿＿＿＿

(4) 싱글베드　＿＿＿＿＿＿＿＿＿＿

(5) 옷걸이　　＿＿＿＿＿＿＿＿＿＿

Ⅱ. 다음 낱말을 한국어로 말해 보세요.

(1) màn cửa　　　　＿＿＿＿＿＿＿＿＿＿

(2) cái đệm　　　　＿＿＿＿＿＿＿＿＿＿

(3) khăn trải gường　＿＿＿＿＿＿＿＿＿＿

(4) gương　　　　　＿＿＿＿＿＿＿＿＿＿

(5) máy điều hoà　　＿＿＿＿＿＿＿＿＿＿

12. 방 / 거실

13 학교 (TRƯỜNG HỌC)

학생용 가방
cặp đi học

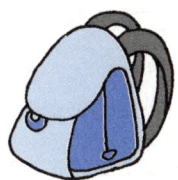
배낭 모양 가방
ba lô

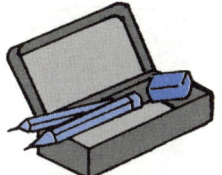
필통
hộp đựng bút

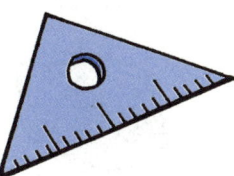
삼각자
thước tam giác

연필 bút chì
연필꽂이 đồ cắm bút chì

만년필
bút máy, bút mực

가위
kéo

볼펜
bút bi

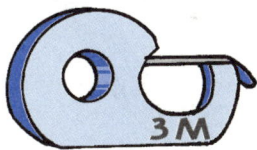
스카치 테이프
băng dán

샤프 bút chì bấm
샤프심 ruột bút chì

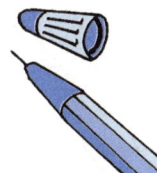
싸인펜 / 싸인펜 뚜껑
bút lông / nắp bút lông

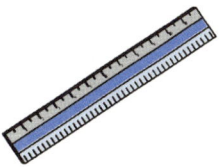
길죽한 자
thước dài

책
sách

공책
vở, tập

샤프심통
đồ đựng ruột bút chì

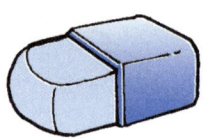
지우개
cục gôm, cục tẩy

풀
keo

연필깎이
đồ chuốt bút chì

색연필
bút chì màu

수첩 / 메모지
sổ tay /
giấy ghi chép

파일
ô đựng tài liệu

수성펜
bút mực nước

붓
cọ

화이트
bút xoá

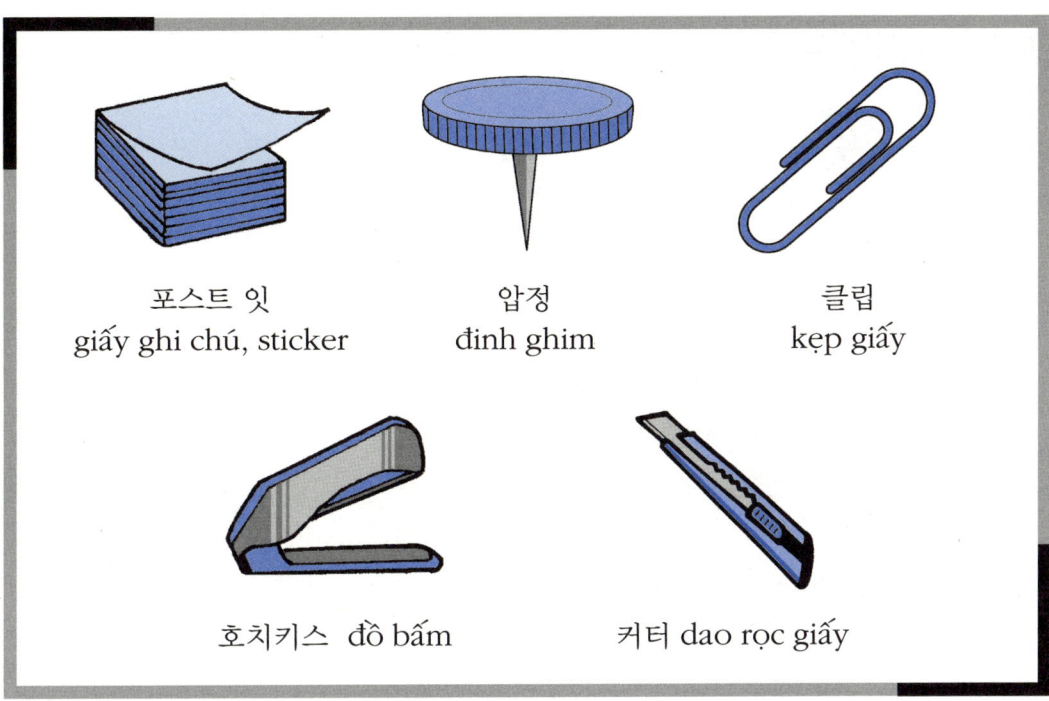

잉크 mực	편지지 giấy viết thư	전자계산기 máy tính điện tử
라벨 nhãn	책상 bàn	의자 ghế
칠판 bảng đen	분필 phấn	화이트보드 bảng trắng
보드마카 bút bảng trắng	학기 học kì	과목 môn học

A : Anh học ở đâu? (어디에서 수학하셨나요?)

B : Tôi học ở Trường Đại học Sunny. (저는 서니대학교에서 공부했습니다.)

A : Anh thích môn gì? (어떤 과목을 좋아하세요?)

B : Tôi thích tiếng Việt và Toán. (저는 베트남어와 수학을 좋아합니다.)

- Gia Hân mạnh về ngoại ngữ. (자헌은 외국어에 강하다.)
- Phương giỏi hoá. (프엉은 화학을 잘 합니다.)
- Khang dở hình học. (캉은 기하가 약하다.)
- Kiên thi đỗ rồi. (끼엔은 시험에 합격했다.)
- Hiếu thi trượt rồi. (혜우는 시험에 불합격했다.)
- Ở Việt Nam năm học mới bắt đầu vào tháng 9.
  (베트남에서는 새 학년이 9월에 시작한다.)

■ **교사가 하는 말**

- Tôi dạy vật lí.
  (나는 물리를 가르칩니다.)
- Tôi ra nhiều bài tập cho học sinh.
  (나는 학생들에게 숙제를 많이 내줍니다.)
- Tôi chuẩn bị bài rất kĩ.
  (나는 수업을 매우 잘 준비합니다.)
- Tôi cho điểm hợp lí.
  (나는 정당한 성적을 부여합니다.)
- Tôi sửa bài và đánh giá.
  (나는 과제와 평가를 수정합니다.)
- Tuyệt đối không nghỉ dạy.
  (절대로 휴강을 하지 않습니다.)

■ **학생이 하는 말**

- Tôi luôn học tập chăm chỉ.
  (나는 늘 열심히 공부합니다.)
- Hôm nay tôi không có tiết học.
  (나는 오늘 수업이 없습니다.)
- Tôi chưa từng cúp học.
  (나는 수업을 빼먹은 적이 없습니다.)
- Tôi phải ôn tập nội dung học.
  (나는 수업내용을 복습해야 합니다.)
- Tôi làm bài tập.
  (나는 숙제를 합니다.)
- Tôi có thành tích tốt.
  (나는 성적이 좋습니다.)
- Tôi thi tốt nghiệp đỗ rồi.
  (나는 졸업시험에 합격했습니다.)
- Tôi thi tuyển sinh đại học trượt rồi.
  (나는 대학입학시험에 떨어졌습니다.)
- Tôi phải thi lại. (나는 재시험을 봐야 합니다.)

Luyện tập

Ⅰ. 다음 낱말을 베트남어로 말해 보세요.

　　(1) 가위　　　　＿＿＿＿＿＿＿
　　(2) 볼펜　　　　＿＿＿＿＿＿＿
　　(3) 지우개　　　＿＿＿＿＿＿＿
　　(4) 메모지　　　＿＿＿＿＿＿＿
　　(5) 필통　　　　＿＿＿＿＿＿＿
　　(6) 샤프　　　　＿＿＿＿＿＿＿
　　(7) 연필깎이　　＿＿＿＿＿＿＿
　　(8) 압정　　　　＿＿＿＿＿＿＿
　　(9) 전자계산기　＿＿＿＿＿＿＿
　　(10) 풀　　　　 ＿＿＿＿＿＿＿

Ⅱ. 다음 문장을 베트남어로 말해 보세요.

　(1) 나는 수학을 잘합니다.
　　＿＿＿＿＿＿＿＿＿＿＿＿＿＿＿＿＿＿＿＿

　(2) 그것이 이해가 안 됩니다.
　　＿＿＿＿＿＿＿＿＿＿＿＿＿＿＿＿＿＿＿＿

　(3) 질문이 있습니다.
　　＿＿＿＿＿＿＿＿＿＿＿＿＿＿＿＿＿＿＿＿

　(4) 따라 말해 보세요.
　　＿＿＿＿＿＿＿＿＿＿＿＿＿＿＿＿＿＿＿＿

　(5) 나는 그 시험에 합격했습니다.
　　＿＿＿＿＿＿＿＿＿＿＿＿＿＿＿＿＿＿＿＿

14 베트남의 교육체계 (HỆ THỐNG GIÁO DỤC CỦA VIỆT NAM)

교육기관	학년	나이
유아원-유치원 trường mầm non 어린이집 nhà trẻ		~5
초등학교 trường tiểu học	1학년 lớp 1 2학년 lớp 2 3학년 lớp 3 4학년 lớp 4 5학년 lớp 5	6~ 7~ 8~ 9~ 10~
중등 학교 trường trung học cơ sở	6학년 lớp 6 7학년 lớp 7 8학년 lớp 8 9학년 lớp 9	11~ 12~ 13~ 14~
고등학교 trường trung học phổ thông	10학년 lớp 10 11학년 lớp 11 12학년 lớp 12	15~ 16~ 17~
2년제 대학 trường trung cấp	1~2학년	18~20
3년제 대학 trường cao đẳng	1~3학년	18~21
대학교 trường đại học (학사 cử nhân)	1~4학년	18~22
대학원 sau đại học		
석사과정생 học viên cao học – 석사 thạc sĩ	1~2학년	
박사과정생 nghiên cứu sinh – 박사 tiến sĩ	1~3학년	

　베트남의 학교 교육제도는 만 6세부터 12년 동안 학교 교육의 의무이다. 다시 말하면 9년간 학교 내 의무교육을 받아야 하고, 3년간 부분적으로 의무교육을 받는다. 사립학교가 있지만, 대부분은 국립학교이다.

　어린이들은 일반적으로 만 3세가 되면 유아원-유치원에 다닌다. 6살에는 초등학교에 입학하여 5년간 다닌다. 초등학교 교육 이후 중등학교에 진학하여 4년간 다닌다. 중학교를 졸업한 후에 고등학교에 진학하지 않는 학생은 직업학교에 다닐 수 있고 거기서 직업교육을 받게 된다. 중학교를 마치면 고등학교에 입학하여 3년간 다니는데 졸업하려면 고등학교 졸업시험을 봐야 한다. 고등학생은 대학입학시험을 준비하기 위하여 대학 전공에 필요한 과목들을 공부한다. A그룹의 과목은 수학·물리·화학, B그룹의 과목은 수학·화학·생물학, C그룹의 과목은 문학·역사·지리, D그룹의 과목은 수학·문학·외국어(영어, 러시아어, 프랑스어, 중국어, 독일어, 일본어 중 택1)이다. 대학입학시험 기간은 보통 7월 초부터 7월 중순까지 3차례로 진행된다. 대학입학시험에 불합격한 학생은 스스로 재수하거나 예비대학교에 다닌다.

A : Ở trường các bạn tất cả các môn đều là môn bắt buộc ư?
(너희 학교에서는 모든 과목이 필수과목이니?)

B : Không, một số môn là môn học chọn lựa. (아니, 몇 과목은 선택과목이야.)

- Một ngày học 6 tiếng. (하루에 6시간씩 수업이 있습니다.)
- Nếu muốn tốt nghiệp trung học phổ thông thì phải thi tốt nghiệp.
  (고등학교를 졸업하려면 졸업시험을 봐야 한다.)
- Nếu muốn vào đại học thì phải đỗ kì thi tuyển sinh đại học.
  (대학에 들어가려면 대학입학시험에 합격해야 한다.)
- Gyubin là sinh viên khoa tiếng Việt.
  (규빈 씨는 베트남어과 학생입니다.)
- Lan Phương học mẫu giáo. (란프엉은 유치원에 다닌다.)
- Gia Hân học y tại Trường Đại học Sunny.
  (자헌 씨는 서니대학교에서 의학을 공부한다.)
- Cô ấy làm nghiên cứu sinh chuyên ngành Việt ngữ học tại Trường Đại học Khoa học Xã hội và Nhân văn Thành phố Hồ Chí Minh.
  (그녀는 호찌민시 인문-사회과학대학교 대학원에서 박사과정생으로 베트남어학을 전공한다.)

 학교 관련 표현

사립학교 trường dân lập, trường tư thục	국립학교 trường nhà nước
국립대학교 trường đại học quốc gia	예비대학교 trường dự bị đại học
개방대학교 trường đại học mở	전문대학 trường trung học chuyên nghiệp
전문학교 trường chuyên	직업학교 trường nghề
학원 trung tâm ngoại ngữ, vi tính	평생교육원 trung tâm giáo dục thường xuyên
야간학교 trường dạy buổi tối	서니여자대학교 Trường Đại học nữ Sunny
남학교 trường nam	여학교 trường nữ
대학교 졸업 tốt nghiệp đại học	고등학교 졸업 tốt nghiệp trung học phổ thông
중학교 졸업 tốt nghiệp trung học cơ sở	초등학교 졸업 tốt nghiệp tiểu học
학교생활 sinh hoạt học đường	학교친구 bạn ở trường
총장 hiệu trưởng	교장 hiệu trưởng
학생회 hội sinh viên	학생회장 hội trưởng hội sinh viên

14. 베트남의 교육체계

교과목

■ 초등학교

- toán 수학
- tự nhiên và xã hội 자연 및 사회(1, 2, 3학년)
- lịch sử 역사(4, 5학년)
- âm nhạc 음악
- đạo đức 도덕 / 윤리
- tiếng Anh 영어(3, 4, 5학년 혹은 1-5학년)
- tiếng Việt 베트남어
- khoa học 과학(4, 5학년)
- địa lí 지리(4, 5학년)
- mĩ thuật 미술
- thể dục 체육
- tin học 컴퓨터(선택과목)

■ 중학교

- toán 수학(đại số 대수학, hình học 기하)
- lịch sử 역사
- công nghệ(기술)
- mĩ thuật 미술
- vật lí 물리
- thể dục 체육
- âm nhạc 음악
- tin học 컴퓨터
- sinh học 생물학
- hoá học 화학(8, 9학년)
- giáo dục công dân 공민교육
- ngoại ngữ 외국어(영,불,러,중,일)
- địa lí 지리
- ngữ văn 국어국문

■ 고등학교

- 중학교 교과목과 비슷하지만 âm nhạc(음악)과 mĩ thuật(미술)이 없다.

bệnh lí học 병리학	chính trị học 정치학	dinh dưỡng học 영양학
dược học 약학	dược lí học 약리학	địa lí học 지리학
giải phẫu học 해부학	giáo dục quốc phòng 국방교육	Hàn Quốc học 한국학
hành chính học 행정학	hoá học 화학	kế toán học 회계학
khu vực học 지역학	kí sinh trùng học 기생충학	kinh tế học 경제학
luật học 법학	mĩ học 미학	ngôn ngữ học 언어학
Nhật Bản học 일본학	quan hệ quốc tế 국제관계	quản trị học 경영학
sinh hoá học 생화학	sinh lí học 생리학	sinh vật học 생물학
sử học 사학	thần kinh học 신경학	thiên văn học 천문학
thống kê học 통계학	toán học 수학	tôn giáo học 종교학
triết học 철학	Trung Quốc học 중국학	văn hoá học 문화학
văn học 문학	vật lí học 물리학	vi sinh vật học 미생물학
Việt Nam học 베트남학	xã hội học 사회학	y học 의학	y tá học 간호학

Điểm thang 4		Điểm thang 10	Xếp loại	
Điểm chữ	Điểm số			
A⁺	4,0	từ 9,00 đến 10,00	xuất sắc	đạt
A	3,5	từ 8,00 đến cận 9,00	giỏi	
B⁺	3,0	từ 7,00 đến cận 8,00	khá	
B	2,5	từ 6,00 đến cận 7,00	trung bình khá	
C	2,0	từ 5,00 đến cận 6,00	trung bình	
D⁺	1,5	từ 4,00 đến cận 5,00	yếu	không đạt
D	1,0	từ 3,00 đến cận 4,00	kém	
F	0,0	từ 0,00 đến cận 3,00		

Luyện tập

Ⅰ. 다음 낱말을 베트남어로 말해 보세요.

(1) 유치원 _____ (2) 초등학교 _____

(3) 고등학교 _____ (4) 대학교 _____

(5) 총장 _____ (6) 학생회 _____

(7) 학교친구 _____ (8) 지리 _____

(9) 미술 _____ (10) 직업학교 _____

Ⅱ. 다음 문장을 베트남어로 말해 보세요.

(1) 저는 베트남학과 학생입니다. _____

(2) 그는 서니대학에서 언어학을 전공합니다.

_____

(3) 그녀는 일주일에 15시간 수업이 있습니다.

_____

(4) 컴퓨터는 선택과목입니다. _____

(5) 베트남 어린이들은 6살에 초등학교에 입학한다.

_____

15 은행 (NGÂN HÀNG)

■ 지폐 (tiền giấy)

■ 동전 (tiền xu)

100 đồng	10.000 đồng
200 đồng	20.000 đồng
500 đồng	50.000 đồng
1.000 đồng	100.000 đồng
2.000 đồng	200.000 đồng
5.000 đồng	500.000 đồng

200 đồng
500 đồng
1.000 đồng
2.000 đồng
5.000 đồng

■ 현금인출기에서 (ở máy rút tiền mặt)

– Hãy cho thẻ vào. (카드를 넣으세요.)
– Hãy nhập mã số bí mật. (비밀번호를 입력하세요.)
– Hãy chờ một chút. (잠시만 기다리세요.)
– Đây là thẻ vô hiệu. (유효하지 않은 카드입니다.)
– Hãy nhập số tiền cần rút. (인출하실 금액을 입력하세요.)
– Hãy ấn nút xác nhận. (확인 버튼을 누르세요.)
– Hiện đang đếm tiền. (지금 현금을 세고 있습니다.)
– Hãy nhận lấy thẻ và phiếu chi tiết. (카드와 명세표를 받으세요.)
– Hãy nhận lấy tiền mặt. (현금을 받으세요.)

통화 tiền tệ	현금 tiền mặt	계좌 tài khoản
계좌번호 số tài khoản	수표 ngân phiếu	수표책 tập ngân phiếu
신용카드 thẻ tín dụng	직불카드 thẻ ghi nợ	

- Xin cho biết số tài khoản của quý khách.
  (고객님의 계좌번호 부탁합니다.)
- Tôi muốn mở tài khoản. (계좌를 개설하고 싶습니다.)
- Hãy cho xem hộ chiếu hoặc giấy chứng minh.
  (여권이나 신분증을 보여 주세요.)
- Hãy điền mẫu hồ sơ này. (이 서류 양식을 채워 주세요.)
- Hãy ghi số tài khoản vào đây. (여기에 계좌번호를 쓰세요.)
- Hãy kí tên dưới đây. (여기 아래에 서명하십시오.)
- Tôi sẽ gửi vào 2.000 đô la. (저는 2,000달러를 입금하겠습니다.)
- Tôi muốn rút tiền gửi. (예금을 찾고 싶습니다.)
- Có thể nhận được phiếu chi tiết giao dịch tài khoản không?
  (계좌의 거래명세서를 받을 수 있나요?)
- Tôi muốn chuyển khoản. (돈을 이체하고 싶습니다.)
- Ngân phiếu hầu như không còn. Tôi cần tập ngân phiếu mới.
  (수표가 거의 없습니다. 새 수표책이 필요합니다.)

예금통장 sổ tài khoản tiền gửi	은행계좌 tài khoản ngân hàng
은행코드 mã ngân hàng	공제 khấu trừ
금액 số tiền	이체(하다) chuyển khoản
송금(하다) chuyển tiền	송금서류 hồ sơ chuyển tiền
수수료 phí	액면금액 số tiền theo mệnh giá
이자 lãi	이율 lãi suất
입금(하다) gửi tiền vào	출금(하다) rút tiền ra
입출금 명세서 phiếu chi tiết nhập xuất	자동이체 chuyển khoản tự động
잔고 số dư	채권자 chủ nợ
채무자 người nợ, con nợ	합계금액 tổng số tiền
현금자동인출기 máy rút tiền tự động	화폐 đồng tiền
환율 tỉ giá	환전 đổi tiền
환전창구 ghi sê đổi tiền	저당 잡히다 cầm cố

Luyện tập

I. 다음 낱말을 베트남어로 말해 보세요.

(1) 계좌　　＿＿＿＿＿＿

(2) 수표　　＿＿＿＿＿＿

(3) 신용카드　＿＿＿＿＿＿

(4) 수수료　＿＿＿＿＿＿

(5) 이체하다　＿＿＿＿＿＿

(6) 채무자　＿＿＿＿＿＿

(7) 잔고　　＿＿＿＿＿＿

(8) 지폐　　＿＿＿＿＿＿

(9) 환율　　＿＿＿＿＿＿

(10) 환전　＿＿＿＿＿＿

II. 다음 문장을 베트남어로 말해 보세요.

(1) 잠시만 기다려 주세요.
　＿＿＿＿＿＿＿＿＿＿＿＿＿＿＿＿＿＿＿＿＿＿＿＿

(2) 계좌를 개설하고 싶습니다.
　＿＿＿＿＿＿＿＿＿＿＿＿＿＿＿＿＿＿＿＿＿＿＿＿

(3) 이 서류 양식을 작성해 주세요.
　＿＿＿＿＿＿＿＿＿＿＿＿＿＿＿＿＿＿＿＿＿＿＿＿

(4) 예금을 찾고 싶습니다.
　＿＿＿＿＿＿＿＿＿＿＿＿＿＿＿＿＿＿＿＿＿＿＿＿

(5) 돈을 송금하고 싶습니다.
　＿＿＿＿＿＿＿＿＿＿＿＿＿＿＿＿＿＿＿＿＿＿＿＿

16 우체국(BƯU ĐIỆN)

전보 điện báo, điện tín	택배 giao hàng tận nhà
택배 서비스 dịch vụ giao hàng	포장(하다) đóng gói, gói
서류봉투 túi hồ sơ	우편물 bưu phẩm
우편환 điện chuyển tiền	영수증 hoá đơn
봉투/우편물에 우표를 붙이다 dán tem lên phong bì/bưu phẩm	

A : Xin lỗi bưu điện ở đâu ạ? (시례지만 우체국은 어디입니까?)

B : Ở cạnh ngân hàng. (은행 옆에 있습니다.)

A : Có thể mua tem ở đâu? (우표는 어디에서 살 수 있어요?)

B : Hãy đến bưu điện mua. (우체국에 가서 사세요.)

A : Cái gì trong bưu kiện này vậy?
 (이 소포 안에는 무엇이 들어있습니까?)

B : Quyển sách tiếng Việt ạ. (베트남어 책입니다.)

A : Cước bưu phẩm này là bao nhiêu? (이 우편물의 요금은 얼마입니까?)

B : 100.000 đồng. (100,000동입니다.)

A : Đến Việt Nam mất bao lâu ạ? (베트남에 도착하는데 얼마나 걸립니까?)

B : Đến Việt Nam mất năm ngày. (베트남까지 5일 걸립니다.)

- Hãy gửi bảo đảm bức thư này. (이 편지를 등기로 부쳐 주세요.)
- Tôi muốn gửi thư này bằng đường hàng không.
 (이 편지를 항공편으로 보내고 싶습니다.)
- Tôi muốn gửi cái này dưới dạng bưu kiện.
 (이것을 소포로 보내고 싶습니다.)
- Hơi quá trọng lượng cơ bản. Phải trả thêm tiền ạ.
 (기본 중량이 조금 초과되었습니다. 돈을 더 지불하셔야 합니다.)
- Thùng thư ở Việt Nam màu vàng. (베트남에서 우체통이 노란색이다.)

우편요금	cước bưu phẩm
우편요금 무료	miễn cước bưu phẩm
발송인 부담으로	người gửi chịu
수취인 부담으로	người nhận chịu
등기로 (보내다)	(gửi) bảo đảm
속달로 (보내다)	(gửi) nhanh
배편/선편으로 (보내다)	(gửi) bằng tàu
항공우편으로 (보내다)	(gửi) bằng thư hàng không
소형 소포(2kg 이하)	gói nhỏ

luyện tập

Ⅰ. 다음 낱말을 베트남어로 말해 보세요.

(1) 발신인 _____

(2) 편지봉투 _____

(3) 소포 _____

(4) 우체통 _____

(5) 수신인 _____

(6) 우편엽서 _____

(7) 우표 _____

(8) 포장 _____

(9) 영수증 _____

(10) 택배 서비스 _____

Ⅱ. 다음 우리말을 베트남로 말해보세요.

(1) 우체국이 어디에 있습니까?
_____

(2) 이 편지를 등기로 부쳐 주세요.
_____

(3) 이것을 소포로 보내고 싶습니다.
_____

(4) 베트남에 도착하는데 얼마나 걸립니까?
_____

(5) 기본 중량이 조금 초과되었습니다.
_____

16. 우체국 | 81

스포츠 (THỂ THAO)

운동장 sân vận động	잔디 cỏ	관중석 khán đài
관중들 khán giả	코치 huấn luyện viên	선수 cầu thủ
하프타임 giờ giải lao	예비선수 cầu thủ dự bị	페널티 phạt đền, penalty
페널티 에어리어 khu vực phạt đền		전반전 hiệp một
후반전 hiệp hai	연장전 hiệp phụ	경기 trận đấu
슈팅 sút	득점(하다) ghi điểm	골을 넣다 ghi bàn
자살골을 넣다 đá phản lưới nhà	업사이드 việt vị	월드컵 cúp thế giới
옐로(우)카드 thẻ vàng	베트남축구대표팀 đội tuyển bóng đá Việt Nam	

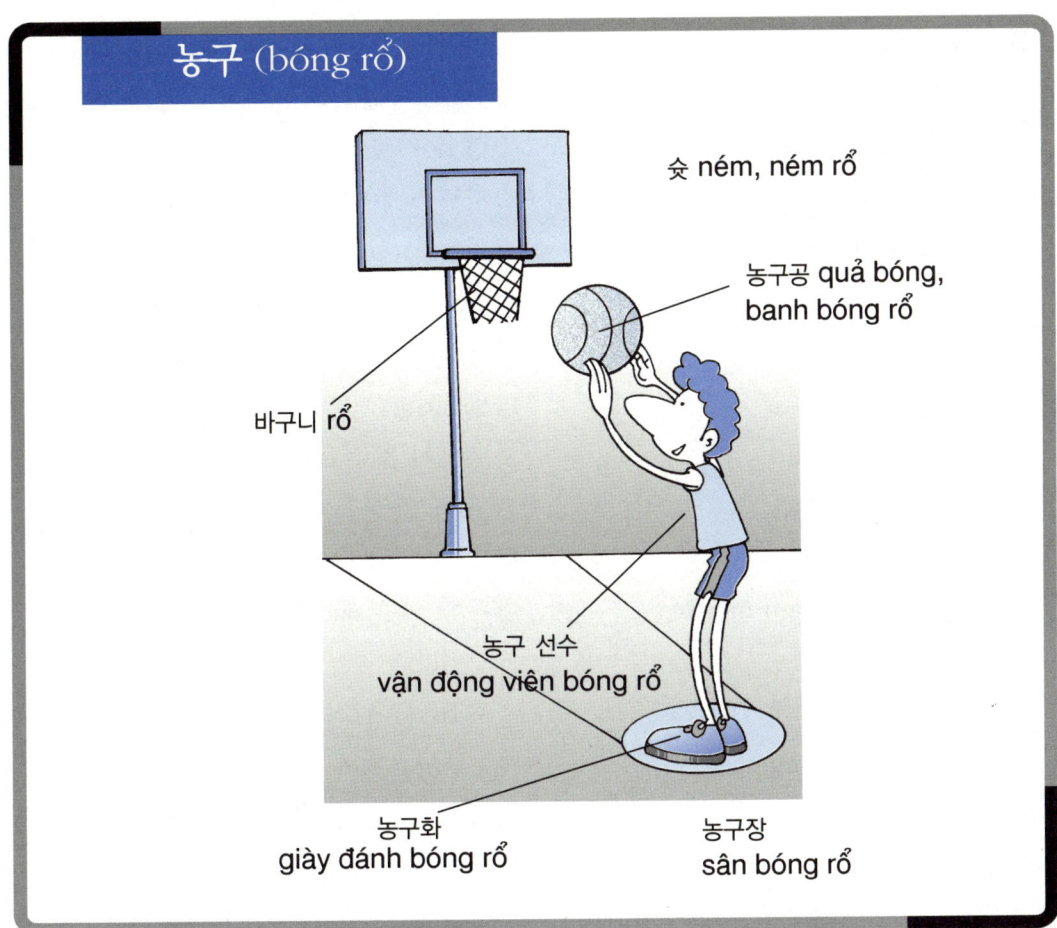

농구 (bóng rổ)

- 슛 ném, ném rổ
- 농구공 quả bóng, banh bóng rổ
- 바구니 rổ
- 농구 선수 vận động viên bóng rổ
- 농구화 giày đánh bóng rổ
- 농구장 sân bóng rổ

운동종목 (các môn thể thao)

가라데 karate	골프 golf
권투 quyền anh	넓이뛰기 nhảy xa
농구 bóng rổ	높이뛰기 nhảy cao
다트 ném phi tiêu	달리기 chạy
당구 bi-a	댄스 khiêu vũ, nhảy
동계스포츠 thể thao mùa đông	등산 leo núi
랠리자동차경주 đua xe đua	럭비 bóng bầu dục
레슬링 vật	롤러스케이트 trượt patin
무술 wushu, võ thuật	배구 bóng chuyền
배드민턴 cầu lông	범선 thuyền buồm

볼링 bowling	사이클 đua xe đạp
서핑 lướt sóng	수상스키 trượt nước
수상스포츠 thể thao dưới nước	수영 bơi lội
스케이트 trượt băng	스피드스케이트 trượt băng tốc độ
스쿼시 bóng quần	스키 trượt tuyết
승마 cưỡi ngựa	아이스하키 hockey trên băng
야구 bóng chày	양궁 bắn cung
에어로빅 aerobic	역도 cử tạ
열기구 khinh khí cầu	오토바이 경주 đua xe máy
원반던지기 ném đĩa	유도 yudo
육상 điền kinh	윈드서핑 lướt gió
인라인 스케이팅 patin một hàng	자동차 경주 đua ô tô
잠수 lặn	조깅 đi bộ
조정 chèo thuyền	축구 bóng đá
크리켓 cricket, tường cầu	탁구 bóng bàn
태권도 taekwondo	테니스 tennis, quần vợt
펜싱 đấu kiếm	포환던지기 ném tạ
피겨스케이트 trượt băng nghệ thuật	하이킹 đi bộ đường dài
하키 hockey, khúc côn cầu	합기도 aikido hiệp khí đạo
핸드볼 bóng ném	행글라이더 hang glider(bay trên không)

운동선수들 (vận động viên thể thao)

권투선수 vận động viên quyền anh	레슬링선수 vận động viên vật
수영선수 vận động viên bơi lội	승마선수 vận động viên cưỡi ngựa
역도선수 vận động viên cử tạ	육상선수 vận động viên điền kinh
자전거 경주자 vận động viên đua xe đạp	테니스선수 vận động viên quần vợt
배구선수 vận động viên bóng chuyền	축구선수 cầu thủ bóng đá
프로 선수 vận động viên chuyên nghiệp	아마추어 선수 vận động viên nghiệp dư

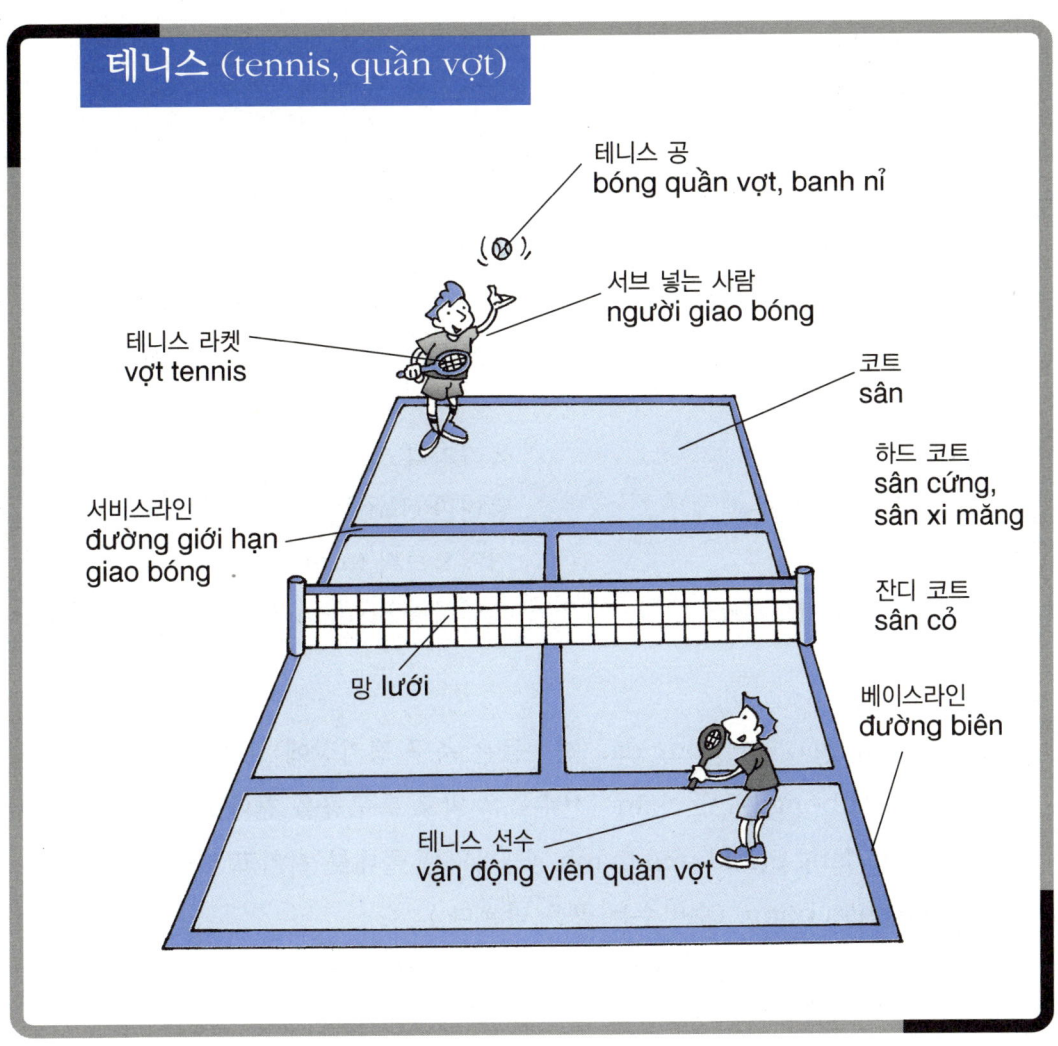

테니스 클럽 câu lạc bộ quần vợt	테니스 코트 sân quần vợt
테니스 강사 thầy dạy quần vợt	테니스 시합 thi đấu quần vợt
테니스 경기 trận đấu quần vợt	테니스 대회 giải quần vợt
인도어 테니스 quần vợt trong nhà	아웃도어 테니스 quần vợt ngoài trời
남자단식 đơn nam	여자단식 đơn nữ
남자복식 đôi nam	여자복식 đôi nữ
게임 trận đấu	매치 phối hợp
세트 ván đấu	세트포인트 điểm kết thúc ván đấu
듀스 đêu (deuce, tỉ số 40-40)	아웃 ra ngoài

서브 giao bóng	서브 지역 khu vực giao bóng
에이스 thắng giao bóng	스트로크 cú đánh
로브 lốp bóng	스매시 cú đập
발리 vô lê	하프발리 đờ mi vô lê
드라이브 quả bạt, quả tiu	드롭샷 cú bỏ nhỏ
톱스핀 cú đánh xoáy về trước	슬라이스 cú đánh xoáy xuống
어드밴티지 lợi thế	러브 điểm không, không(tỉ số)

수영하다 bơi	올라가다 đi lên, leo lên
잠수하다 lặn	달리다 chạy
뛰다 nhảy	기어오르다 trườn lên
패달을 밟다 đạp bàn đạp	훈련하다 huấn luyện

- Cầu thủ đang ở sân bóng đá. (선수들은 축구 경기장에 있다.)
- Cầu thủ đá bóng bằng chân. (선수들은 발로 축구공을 찬다.)
- Thủ môn đang giữ khung thành. (골키퍼는 골대를 지키고 있다.)
- Hậu vệ chặn bóng. (수비수는 공을 막는다.)
- Cầu thủ cánh trái chuyền bóng cho trung phong.
  (레프트 윙 선수는 공을 스트라이커에게 패스한다.)
- Tiền đạo ghi bàn. (포워드는 공을 넣었다.)

- Bốn vận động viên nữ đang ở sân quần vợt.
  (네 여자 선수가 테니스 코트에 있다.)
- Các vận động viên đang cầm vợt của mình.
  (각각의 선수가 자신의 라켓을 들고 있다.)
- Họ đánh đôi. (그들은 복식을 한다.)
- Federer giao bóng. (페더러가 공을 서브한다.)
- Nadal đỡ bóng. (나달이 공을 받아친다.)
- Graff đánh bóng trên lưới. (그래프가 네트 위로 공을 때린다.)
- Bóng đi ra ngoài. (공이 아웃되었다 / 나갔다.)

A : Anh có chơi thể thao không? (운동을 하십니까?)

B : Vâng, tôi chơi quần vợt. (네, 테니스를 칩니다.)
   Không, hầu như tôi không chơi thể thao. (아니오, 나는 운동 거의 안 합니다.)

A : Anh thích thể thao không? (운동을 즐기십니까?)

B : Không, tôi không thích thể thao. (아니오, 나는 운동 싫어합니다.)

A : Anh thích chơi môn thể thao nào? (어떤 운동을 즐겨 하십니까?)

B : Tôi thích cưỡi ngựa/bơi lội. (저는 승마/수영을 좋아합니다.)
   Tôi thích bóng đá/quần vợt/bóng bàn.
   (저는 축구/테니스/탁구를 좋아합니다.)
   Tôi thích đi xe đạp/trượt tuyết. (저는 자전거/스키 타기를 좋아합니다.)

Luyện tập

I. 다음 낱말을 베트남어로 말해 보세요.

(1) 골키퍼 _____ (2) 레드카드 _____
(3) 관중 _____ (4) 월드컵 _____
(5) (축구)슈팅 _____ (6) 등산 _____
(7) 농구 _____ (8) 역도 _____
(9) 펜싱 _____ (10) 무술 _____

II. 다음 문장을 베트남어로 말해 보세요.

(1) 운동을 좋아하십니까? _____

(2) 아니오, 저는 운동을 거의 하지 않습니다.
_____

(3) 끼엔은 테니스 치는 것을 좋아합니다.
_____

(4) 프엉은 자전거 타기를 좋아합니다.
_____

(5) 서니는 스키 타기를 좋아합니다.
_____

18 취미 (SỞ THÍCH)

우표수집하다
sưu tập tem

낚시하다
câu cá

사냥하다
săn

사진을 찍다
chụp ảnh, chụp hình

그림을 그리다
vẽ tranh

범선을 항해하다
đi thuyền buồm

등산하다
leo núi

도자기를 만들다
làm đồ gốm

뜨개질하다
đan

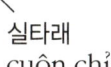
실타래
cuộn chỉ

연을 날리다
thả diều

영화관에 가다
đi xem phim

극장에 가다
đi xem hát, đi xem kịch

화초를 가꾸다
chăm sóc cây cảnh

카드
lá bài

카드놀이하다
chơi bài, đánh bài

체스의 말
con cờ

체스판
bàn cờ vua

체스 cờ vua

체스하다
chơi cờ vua

바이올린
viôlông

바이올린 연주를 하다
chơi viôlông

목공일하다
làm mộc

컴퓨터
máy vi tính

컴퓨터 게임을 하다
chơi trò chơi máy vi tính

A : Bạn thích nghe nhạc không?
   (음악 듣는 것 좋아해요?)

B : Vâng, tôi rất thích nghe nhạc.
   (네, 음악 듣는 것을 아주 좋아해요.)

A : Bạn thích chơi thể thao không?
   (운동하는 것 좋아해요?)

B : Tất nhiên. (물론이지요.)

A : Anh làm gì vào thời gian rỗi?
   (여가시간에는 무엇을 하십니까?)

B : Tôi thích ở một mình vào thời gian rỗi.
   (나는 혼자서 여가시간을 보내기를 좋아한다.)

   Tôi thích đi xem phim với gia đình.
   (저는 가족과 같이 영화관에 가는 것을 좋아해요.)

   Tôi thích đi xem hát vào cuối tuần.
   (저는 주말에 극장에 가는 것을 좋아합니다.)

   Tôi thích đi du lịch vào kì nghỉ.
   (저는 휴가에 여행 가는 것을 좋아해요.)

   Tôi thích đi xem TV vào buổi tối.
   (나는 저녁에 텔레비전을 보는 것을 좋아한다.)

A : Sở thích của bạn là gì? (네 취미가 뭐니?)

B : Tôi thích nghe nhạc. (나는 음악 듣는 것을 좋아해.)

   Tôi thích đọc sách. (나는 독서를 좋아해.)

   Tôi thích câu cá. (나는 낚시를 좋아해.)

   Tôi thích khiêu vũ. (나는 춤추는 것을 좋아해.)

   Tôi thích nhảy cha cha cha / tango / lambada.
   (나는 차차차 / 탱고 / 람바다 추는 것을 좋아해.)

■ chơi + 운동 / 악기 / 게임…

• Tôi chơi bóng đá. (나는 축구를 한다.)

• Tôi chơi piano. (나는 피아노를 연주한다.)

• Tôi chơi cờ vây. (나는 바둑을 둔다.)

Luyện tập

Ⅰ. 다음 표현을 베트남어로 말해 보세요.

(1) 낚시하다 _____

(2) 사진을 찍다 _____

(3) 그림을 그리다 _____

(4) 등산을 하다 _____

(5) 영화관에 가다 _____

(6) 화초를 가꾸다 _____

(7) 연 날리다 _____

(8) 체스하다 _____

(9) 컴퓨터 게임을 하다 _____

(10) 뜨개질하다 _____

Ⅱ. 다음 문장을 베트남어로 말해 보세요.

(1) 여가시간에는 무엇을 하십니까?
_____

(2) 취미가 무엇입니까?
_____

(3) 저는 독서를 좋아합니다.
_____

(4) 저는 수영을 즐깁니다.
_____

(5) 제 취미는 등산입니다.
_____

부엌용품 (ĐỒ DÙNG NHÀ BẾP)

가스레인지 bếp ga	전기레인지 bếp điện
전자레인지 lò vi sóng	오븐 lò
냉장고 tủ lạnh	냉동실 ngăn đông
식기세척기 máy rửa bát đĩa	설거지(하다) rửa bát
싱크대 bồn rửa	철수세미 đồ rửa bằng kim loại
수세미 miếng rửa bát	스펀지 miếng xốp
주방용 세제 nước rửa bát	세탁기 máy giặt
붙박이장 tủ âm tường	쓰레기통 thùng rác
쓰레기 rác	수도꼭지 vòi nước
가위 kéo	강판 bàn cà, bàn xát
깔때기 cái phễu	앞치마 tạp dề
행주 khăn lau	후드 đồ hút khói
레몬압착기 đồ vắt chanh	오렌지압착기 đồ vắt cam
밥주걱 vá xới cơm	밥솥 nồi cơm
전기밥솥 nồi cơm điện	가열 판 mâm nhiệt
테이블 bàn	식탁 bàn ăn
냅킨 khăn ăn	식탁보 khăn trải bàn ăn
쟁반 mâm	요리하다 nấu ăn, làm món
식기 세트 bộ dụng cụ ăn uống	식기 dụng cụ ăn uống
찬장 tủ đựng bát, tủ chén	젓가락 đũa
숟가락 muỗng	티스푼 muỗng cà phê
칼 dao	포크 nĩa
공기(밥) bát(cơm)	수프 그릇 bát canh
접시 đĩa	유리컵/잔 ly thuỷ tinh
찻잔 tách trà	커피잔 tách cà phê
(손잡이 없는) 컵 cốc (không tay cầm)	
(빵 자르는) 톱니 칼 dao răng cưa (cắt bánh mì)	
한 벌의 스푼/나이프/포크 một bộ muỗng/dao/nĩa	

- Tôi rất thích nấu ăn. (나는 요리하는 것을 무척 좋아한다.)
- Sunny là đầu bếp tuyệt vời. (서니는 훌륭한 요리사이다.)
- Anh ấy là đầu bếp chuyên nghiệp. (그는 전문요리사이다.)
- Tối nay anh muốn ăn gì? (오늘 저녁에 뭘 먹고 싶어요?)
- Tôi nấu ăn. Em rửa bát sau nhé. (내가 요리할게. 너는 나중에 설거지해.)
- Em làm gì? (제가 무엇을 할까요?)
- Tôi chuẩn bị bánh sô cô la, em pha trà nhé.
  (나는 초코케이크를 준비할 테니, 넌 차를 끓여라.)
- Em làm bánh được không? (너 케이크를 만들 수 있니?)
- Có ổ cắm có thể cắm máy pha cà phê không?
  (커피메이커를 꽂을 수 있는 콘센트가 있어요?)

끓이다 đun, nấu	데치다 đun sơ, trụn sơ qua
삶다 luộc	볶다 xào
바비큐/숯불구이 nướng/nướng than	(기름에) 튀기다 rán, chiên (trong dầu)
(고기를) 굽다 nướng (thịt)	(빵, 케이크를) 굽다 nướng (bánh mì, bánh)
잘 익다 chín kỹ	덜 익다 chín tái
익히다 làm chín	녹이다 đánh tan, làm chảy ra
섞다 trộn lẫn	휘젓다 khuấy
고추를 넣다 cho ớt vào	후추를 치다 nêm tiêu
소금을 치다 nêm muối	양념하다 nêm gia vị
자르다 cắt	잘게 다지다 thái nhỏ
껍질을 벗기다 bóc vỏ	껍질을 깎다 gọt vỏ

 계란 (trứng gà)

삶은 달걀 trứng gà luộc	완숙 달걀 trứng gà chín kỹ
반숙 달걀 trứng gà lòng đào	달걀 프라이 trứng chiên
스크램블 에그 trứng bác	오믈렛 trứng ốp la

Luyện tập

I. 다음 낱말을 베트남어로 말해 보세요.

(1) 냄비 _____

(2) 압력솥 _____

(3) 병따개 _____

(4) 포도주따개 _____

(5) 국자 _____

(6) 주방용 세제 _____

(7) 싱크대 _____

(8) 냉장고 _____

(9) 전기레인지 _____

(8) 쟁반 _____

II. 다음 문장을 베트남어로 말해 보세요.

(1) 나는 요리하는 것을 좋아한다.
_____

(2) 제가 무엇을 할까요?
_____

(3) 무엇을 드시고 싶습니까?
_____

(4) 나는 설거지하기를 좋아하지 않는다.
_____

(5) 내가 케이크를 만들게.
_____

20 집안용품/개인용품 (ĐỒ DÙNG TRONG NHÀ/VẬT DỤNG CÁ NHÂN)

다리미 bàn là, bàn ủi
재봉틀 máy may 
지퍼 khoá kéo 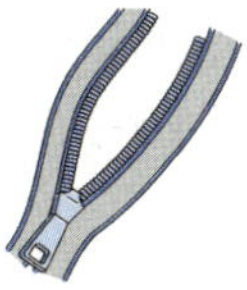

진공 청소기 máy hút bụi
붓 cọ 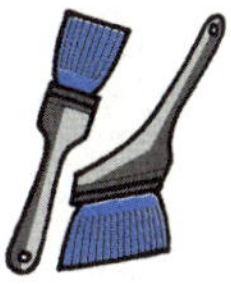
바늘/실 kim/chỉ 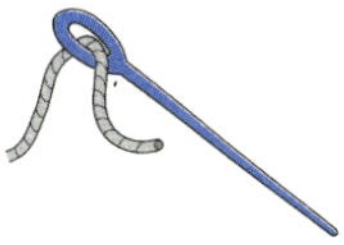

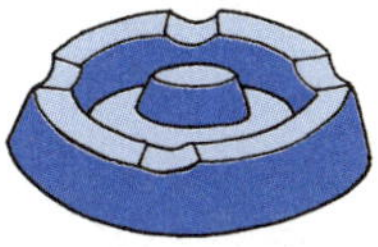

재떨이 gạt tàn
담배 thuốc lá 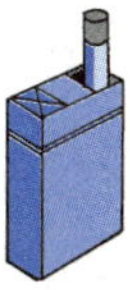
담배 한 갑 một gói thuốc lá
라이터 bật lửa, quẹt ga 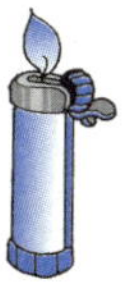
성냥 diêm quẹt 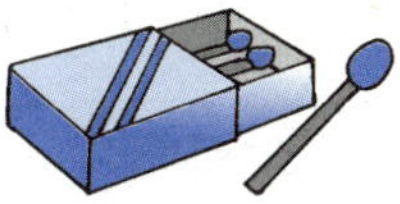

백열전구 bóng đèn dây tóc
빗 lược 
브러쉬 bàn chảy 
쓰레기통 thùng rác 

버튼 nút
분침 kim phút
유리판 mặt kính
시침 kim giờ
자명종 đồng hồ báo thức
플러그 phích cắmr 
전화 điện thoại 
옷핀 kim tây 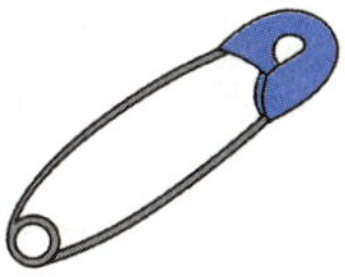

열쇠 chìa khoá
열쇠구멍 lỗ chìa khoá
망치 búa 
거울 gương 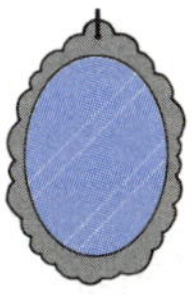
빗자루 chổi 

20. 집안용품/개인용품 | 97

- Anh cho xin tí lửa được chứ? (불 좀 빌릴 수 있을까요?)
- Hãy lấy giúp gạt tàn. (재떨이 좀 가져다 주세요.)
- Tôi đã đặt báo thức lúc 5(năm) giờ. (나는 자명종을 5시에 맞췄다.)
- Ổ cắm ở đâu nhỉ? (콘센트가 어디 있지?)
- Hãy đưa chỉ và kim. Tôi sẽ xỏ vào lỗ cho.
  (실과 바늘을 주세요. 제가 구멍을 때울 줄게요.)
- Ngày nào cô ấy cũng soi gương. (그녀는 만날 거울을 본다.)

Luyện tập

I. 다음 낱말을 베트남어로 말해 보세요.

(1) 다리미 _____   (2) 진공청소기 _____
(3) 라이터 _____   (4) 자명종 _____
(5) 콘센트 _____   (6) 옷핀 _____
(7) 열쇠 _____   (8) 빗자루 _____
(9) 거울 _____   (8) 빗 _____

II. 다음 문장을 베트남어로 말해 보세요.

(1) 불 좀 빌릴 수 있을까요?
  _____

(2) 나는 자명종을 6시에 맞췄다.
  _____

(3) 내 열쇠가 어디 있지?
  _____

(4) 그는 거울을 자주 본다.
  _____

(5) 망치 좀 가져다 주세요.
  _____

21 욕실 (PHÒNG TẮM)

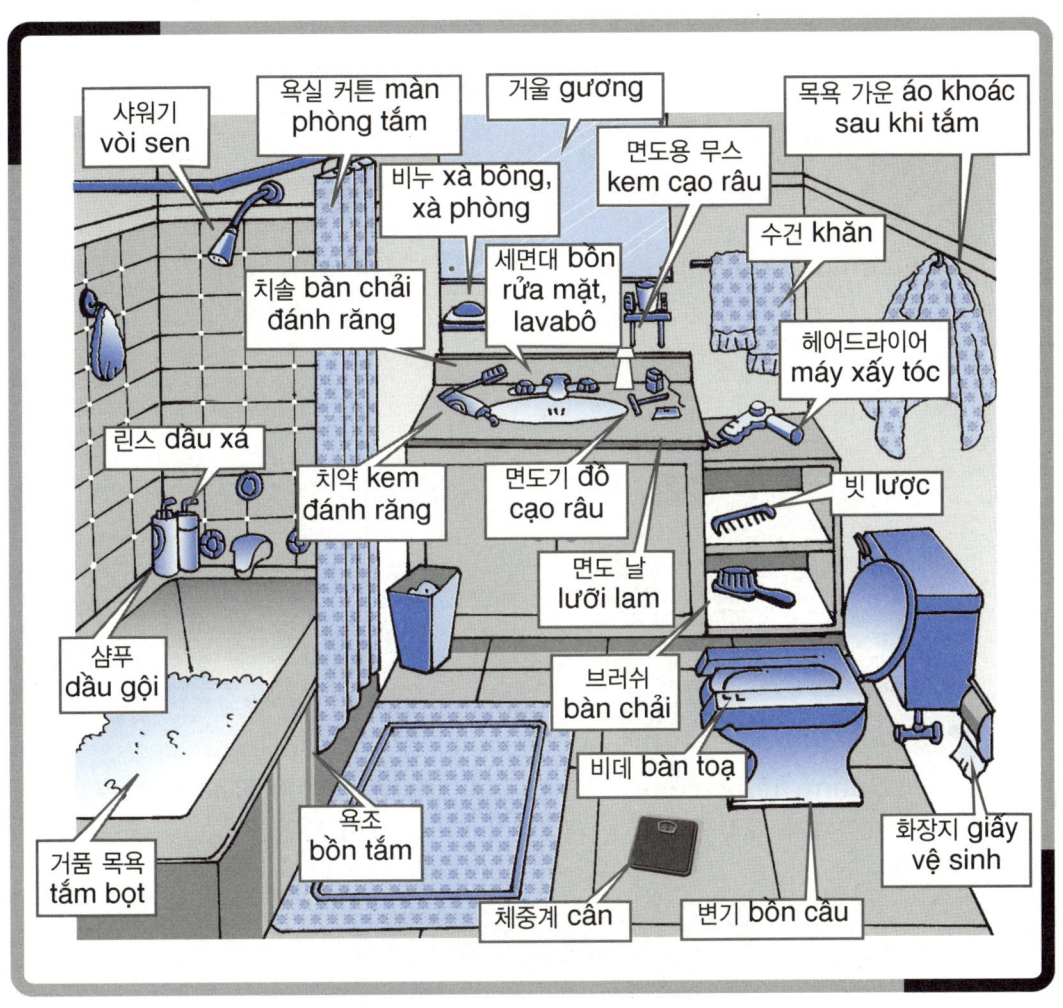

더운물 nước nóng	찬물 nước lạnh	플러그 phích cắm
콘센트 ổ cắm	마개 đồ bịt, đồ chặn	형광등 đèn huỳnh quang
자동칫솔 bàn chảy tự động	치실 chỉ nha khoa	손톱깎이 đồ cắt móng tay
머리 젤 keo vuốt tóc	스킨 skin	보디로션 lotion thoa người
헤어스프레이 keo xịt tóc	샤워 젤 sữa tắm	빨래집게 kẹp quần áo
빨래바구니 giỏ đựng quần áo	빨랫줄 dây phơi quần áo	건조대 giá phơi quần áo

Kiên nhìn gương cạo câu.
(끼엔이 거울을 보고 면도한다.)

Hiếu rửa mặt.
(히에우가 세수한다.)

Sunny trang điểm.
(서니가 화장한다.)

Khang tắm (vòi sen).
(캉이 샤워한다.)

Messi đang tắm.
(메시가 목욕하고 있다.)

Luyện tập

Ⅰ. 다음 낱말을 베트남어로 말해 보세요.

(1) 비누 _____
(2) 칫솔 _____
(3) 면도기 _____
(4) 샴푸 _____
(5) 체중계 _____
(6) 욕조 _____
(7) 화장지 _____
(8) 린스 _____
(9) 빨래집게 _____
(10) 건조대 _____

Ⅱ. 다음 문장을 베트남어로 말해 보세요.

(1) 나는 매일 아침에 면도를 한다.
_____

(2) 나는 욕실에서 세수를 한다.
_____

(3) 그녀가 거울 앞에서 화장을 한다.
_____

(4) 나는 매일 샤워한다.
_____

(5) 나는 매일 저녁에 목욕을 한다.
_____

22 자동차/자전거 (Ô TÔ/XE ĐẠP)

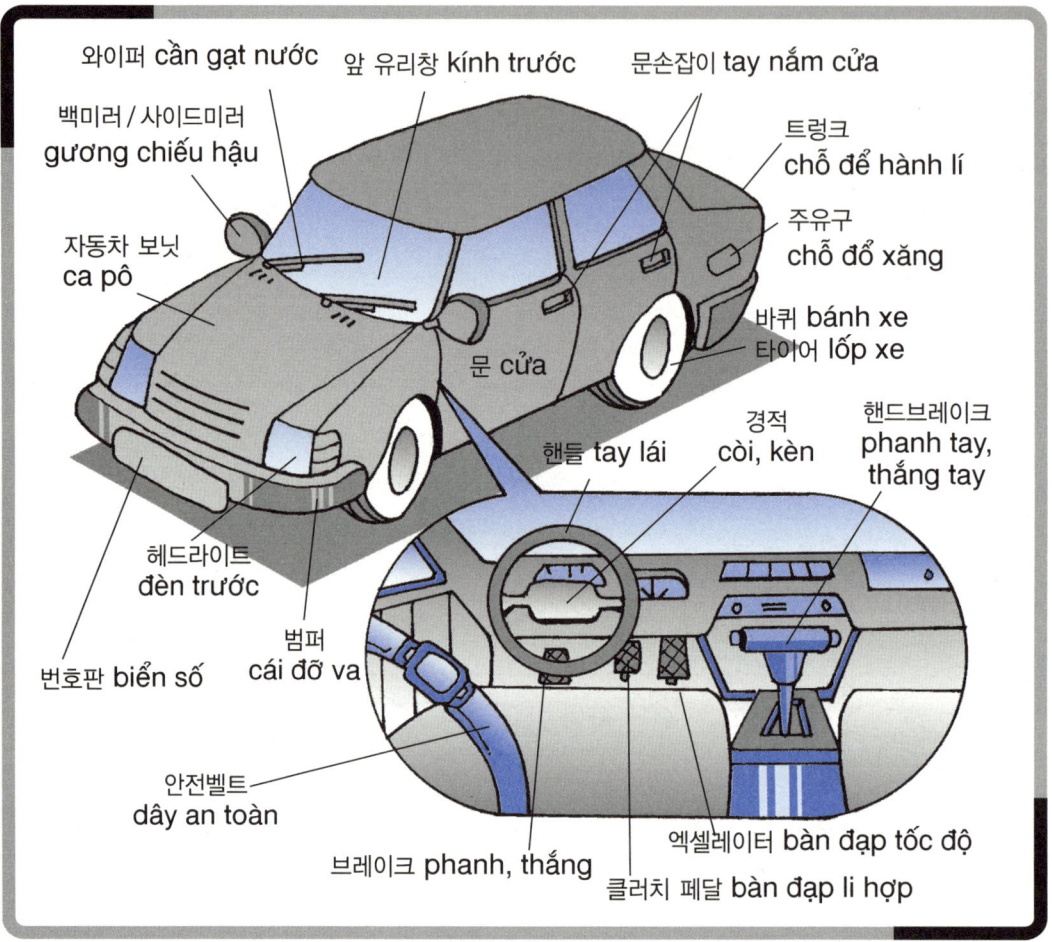

깜빡이등 đèn xi nhan	열쇠구멍 lỗ khoá
라디오 radio	모터 mô tơ
스페어 타이어 lốp xe dự phòng	배터리 bình điện, bình ắc quy
라디에이터 tản nhiệt	에어컨 máy điều hoà, máy lạnh
배기관 pô, ống thải khí	머플러 cái giảm âm
속도계 đồng hồ tốc độ	선루프 nóc xe (có thể điều chỉnh)
펜더 miếng chắn bùn	연료탱크 thùng nhiên liệu

상향등 đèn pha	하향등 đèn cốp
안개등 đèn sương mù	후미등 đèn sau
머리받침 cái tựa đầu	오토매틱 차 xe tự động
수동기어 cần số tay	자동기어 cần số tự động

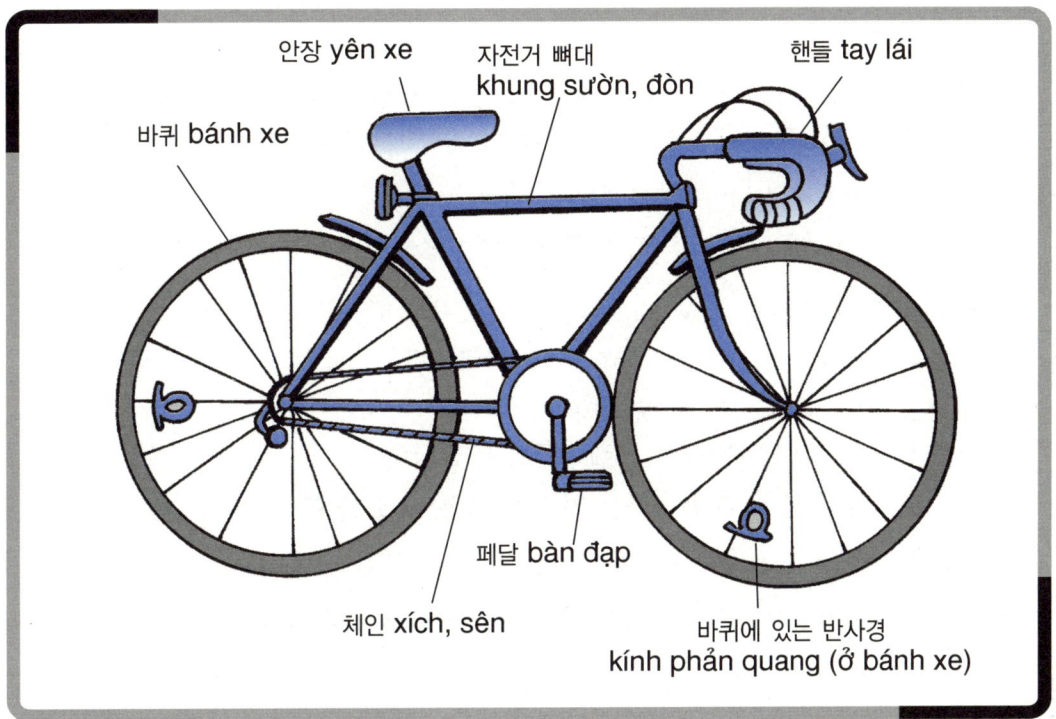

 운전자 (người lái, người điều khiển, lái xe)

- tài xế ô tô / xe tham quan / taxi (자동차/관광버스/택시 기사)
- người lái xe tải (화물차 운전자)
- vận động viên đua ô tô (자동차 경주 선수)
- người điều khiển xe máy / xe đạp (오토바이/자전거 운전자)
- người lái xe lửa (철도 기관사)
- phi công (비행기 조종사)
- thuyền trưởng (선장)
- người lái tàu (항해사)

자동차 관련 표현

- Tôi đã mua một chiếc ô tô cũ. (나는 중고차를 한 대 샀습니다.)

- Đây là xe chạy dầu. (이것은 디젤/경유 자동차입니다.)

- Anh biết lái xe không? (운전하실 줄 압니까?)

- Tôi có bằng lái xe nhưng không lái được.
  (나는 운전면허증이 있지만, 운전은 잘 못합니다.)

- Trước đây tôi đi xe số tay nhưng bây giờ đi xe tự động.
  (옛날에는 수동 자동차를 탔는데, 지금은 오토매틱 차를 탑니다.)

- Hãy thắt dây an toàn. (안전벨트를 매 주세요.)

- Bị trầy xước ở hông xe. (측면 돌출부에 기스들이 나 있습니다.)

- Hãy nhấn ga thêm một tí. Gấp lắm.
  (액셀러레이터를 좀 더 밟으세요. 아주 급합니다.)

- Tôi đạp phanh để giảm tốc độ.
  (나는 속도를 줄이기 위해서 브레이크를 밟습니다.)

- Tôi biết khởi động ô tô. (나는 자동차 시동을 걸 줄 안다.)

- Mở đèn pha thế nào? (상향등은 어떻게 켭니까?)

- Hãy chỉ cách sang số. (기어 바꾸는 방법을 보여 주세요.)

- Nếu muốn lùi thì làm thế nào? (후진을 하려면 어떻게 합니까?)

- Nhiên liệu cạn rồi. Phải đổ xăng/dầu thôi.
  (연료가 바닥이 났습니다. 주유를 해야 합니다.)

- Xe cần xăng. (차가 휘발유를 필요로 한다.)

- Trạm xăng dầu ở đâu? (주유소가 어디에 있습니까?)

- Hãy đổ giúp 50.000 Won. (5만원 어치 넣어 주세요.)

- Hãy đổ đầy. (가득 채워 주세요.)

- Bãi đỗ xe này cần phiếu đỗ xe. (이 주차장은 주차권이 필요합니다.)

- Nơi rửa xe ở đâu? (세차장이 어디 있습니까?)

- Hãy rửa xe giúp. (세차해 주세요.)

- Hãy làm vệ sinh giúp phần trong xe. (자동차 내부를 청소해 주세요.)

- Hãy lau giúp kính trước. (앞 유리를 닦아 주세요.)

자동차의 문제점들

- Xe tôi hỏng rồi. (내 차에 고장이 났다.)
- Động cơ quá nóng. (엔진 과열이다.)
- Xe này phải được kéo đi. (이 차가 견인되어야 한다.)
- Phải gọi xe kéo. (견인차를 불러야 한다.)
- Thợ sửa ô tô đang sửa xe của tôi.
  (자동차 정비공이 내 차를 수리하고 있다.)
- Có thể sửa giúp trong hôm nay không?
  (오늘 안으로 수리해 주실 수 있습니까?)
- Hãy kiểm tra giúp áp suất hơi của bánh xe.
  (바퀴의 공기압을 점검해 주세요.)
- Thủng lốp xe. (타이어가 펑크가 났다.)
- Có lốp xe dự phòng không? (스페어타이어가 있습니까?)
- Hãy thay giúp lốp xe này. (아 타이어를 교환해 주세요.)
- Có một vết ở mặt trước bên trái. (왼쪽 앞 측면에 흠집이 하나 있습니다.)
- Khởi động không được. (시동이 안 걸립니다.)
- Xe thể thao này có thể chạy 280km/giờ.
  (이 스포츠카는 시속 280km까지 달릴 수 있다.)
- Đèn xi nhan bên trái bị hỏng. (왼쪽 깜빡이등이 고장 났다.)
- Phanh không ăn. (브레이크가 잘 들지 않습니다.)
- Tiếng ồn phát ra khi đạp phanh. (브레이크를 밟을 때 소음이 난다.)
- Rỉ nhớt ở động cơ. 엔진에 오일이 샌다.
- Hãy kiểm tra giúp nhớt động cơ. (엔진 오일을 체크해 주세요.)
- Đã đến lúc phải thay nhớt. (오일을 갈아야 할 때가 되었습니다.)
- Hãy kiểm tra giúp nước làm mát. (냉각수를 점검해 주세요.)
- Bơm làm mát bị hỏng rồi. (냉각수 펌프는 고장이 났다.)
- Bình điện hết điện. (배터리가 방전되었습니다.)
- Cần xe cứu trợ kéo xe đi.
  (차를 끌고 갈 구조차(렉카)가 필요합니다.)

 **차량 종류**

승용차 xe con	관광버스 xe tham quan
캠핑카 xe đi cắm trại	스포츠카 xe thể thao
경주용 자동차 xe đua	화물차(트럭) xe tải
작은 트럭 xe tải nhỏ	컨테이너 화차(트럭) xe công te nơ
(연결식) 트레일러 xe kéo	불도저 xe ủi
대형 오토바이 môtô	할리데이비드슨 Harley Davidson
오토바이 xe máy	스쿠터 xe tay ga
자전거 xe đạp	2인용 자전거 xe đạp hai người
케이블카 cáp treo	

 대중교통수단이용

- Nơi đón taxi ở đâu ạ? (택시 타는 곳이 어디입니까?)
- Hãy gọi giúp một chiếc taxi. (택시 한 대 불러 주세요.)
- Đến ga Sài Gòn mất bao lâu? (사이공역까지 얼마나 걸립니까?)
- Hãy cho xuống ở trước Zen Plaza. (젠 플라자 앞에서 내려 주세요.)
- Hãy dừng lại ở đây. (여기 세워 주세요.)
- Hãy cho xuống ở lối qua đường có vạch kẻ đằng kia. (저기 횡단보도에 내려 주세요.)
- Tiền cước bao nhiêu? (요금은 얼마죠?)
- Xe này đi có qua chợ Bến Thành không? (이 차가 벤타잉 시장 지나갑니까?)
- Có xe tham quan nội thành không? (시내 관광버스는 있나요?)
- Không có tour một ngày / một buổi ư? (하루 / 반나절 코스는 없나요?)

Luyện tập

Ⅰ. 다음 낱말을 베트남어로 말해 보세요.

    (1) 와이퍼 _____

    (2) 자동차 보닛 _____

    (3) 핸들 _____

    (4) 클러치 페달 _____

    (5) 깜빡이등 _____

    (6) 백미러 _____

    (7) 안장 _____

    (8) 체인 _____

    (9) 페달 _____

    (10) 트럭 _____

Ⅱ. 다음 문장을 베트남어로 말해 보세요.

  (1) 자동차의 시동이 걸리지 않는다.
_____

  (2) 안전벨트를 매세요.
_____

  (3) 여기 세워 주세요.
_____

  (4) 이 버스가 사이공역으로 갑니까?
_____

  (5) 엔진오일을 체크해주세요.
_____

23 기차/버스/비행기 (XE LỬA/XE BUÝT/MÁY BAY)

출발(하다) khởi hành, xuất phát	도착(하다) đến nơi	플랫폼 sân ga
대기실 phòng chờ	급행열차 xe lửa nhanh, tàu nhanh	완행열차 xe lửa thường, tàu thường
직행기차 xe lửa chạy thẳng	표에 소인을 찍다 đóng dấu lên vé	열차 đoàn tàu
기차의 차량 toa xe lửa, toa tàu	연석차 xe ghế cứng	연석차 xe ghế mềm
침대차 xe giường nằm	침대칸 toa giường nằm	식당차 toa ăn
식당칸 căn tin	화물칸/짐칸 toa chở hàng	찻간 buồng
상단 침대 giường trên	하단 침대 giường dưới	시발역 ga khởi hành
종착역 ga cuối	예약(하다) đặt chỗ	예매(하다) mua trước
개찰구 cửa soát vé	승차권 발매기 máy bán vé	

기차역 내 안내 표시

정보	우체통	분실물 센터	자동차 수송기차

장애인용	대기실	음식점	수하물보관소

케리어	자동수하물보관소	짐부치기	만남의 장소
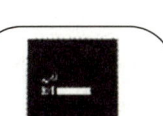			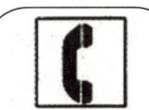
흡연실	흡연금지	자동개찰기	공중전화

식수	비식수	화장실	응급처치

버스 (xe buýt)

- Bến xe buýt ở trước chợ Bến Thành. (버스 터미널은 벤타잉 시장 앞에 있다.)
- Ở gần đây có trạm xe buýt không? (이 근처에 버스 정류장이 있습니까?)
- Phải mua vé xe ở đâu? (승차권은 어디서 사야 합니까?)
- Xe buýt đi Bình Minh khởi hành từ đâu?
  (빙밍으로 가는 버스가 어디에서 출발합니까?)
- Xe buýt đi Chư Sê đón ở đâu nhỉ? (쯔세로 가는 버스는 어디 타죠?)
- Tôi xuống ở trạm sau. (저는 다음 정거장에서 내립니다.)
- Hãy cho xuống ở đây. (여기에 내려 주세요.)
- Có xe buýt tham quan nội thành không? (시내 관광버스는 있나요?)
- Bấm lỗ lên vé sau khi lên xe. (차에 탄 후 차표를 펀지로 찍는다.)

표를 검사하다 kiểm tra vé	차표를 펀치로 찍다 bấm lỗ vé
운전기사 tài xế, lái xe	버스 승객 hành khách đi xe buýt
개찰원 nhân viên soát vé	차표를 개찰하다 soát vé xe
티켓 vé	티켓 판매 bán vé
버스정류장 trạm xe buýt	다음 정거장 trạm sau

 교통사고 (tai nạn giao thông)

부딪치다 đụng, va		세게 부딪치다 đụng mạnh, va mạnh	
정면 충돌 đụng chính diện		뒤에서 충돌하다 đụng từ phía sau	
옆에서 충돌하다 đụng từ bên hông		차에 치이다 bị xe cán	
인대 염좌 bong gân (dây chằng)		무릎을 접지르다 trẹo đầu gối	
부상을 당하다 bị thương	골절 gãy xương	사망(하다) tử vong	
죽다 chết	피를 흘리다 chảy máu	기절하다 bất tỉnh	
발목을 삐다 trật cổ chân	손목을 삐다 trật cổ tay	쇼크 sốc	
상처 vết thương	구급차 xe cấp cứu	구조차/렉카 xe cứu trợ	
들것 cái cán	붕대 băng	부목 thanh nẹp	
거즈 gạc	요오드팅크 cồn iốt	소독제 chất sát trùng	

비행기 (máy bay)

- Tôi muốn đặt vé máy bay đi Nha Trang.
  (저는 냐짱 행 항공권을 예약하고 싶습니다.)
- Bay thẳng phải không? (직항이지요?)
- Có phải đổi chuyến không? (환승을 해야 합니까?)
- Đây là chuyến bay quá cảnh Sài Gòn.
  (이것은 사이공을 경유하는 항공편입니다.)
- Quá cảnh Incheon đi Mỹ phải không? 인천을 경유하여 미국으로 갑니까?)
- Máy bay khởi hành lúc mấy giờ? (비행기는 몇 시에 출발합니까?)
- Bay mất mấy tiếng? (비행은 몇 시간이 걸립니까?)
- Tôi muốn mua vé trước. (티켓을 예매하고 싶습니다.)
- Tôi muốn huỷ đặt chỗ. (예약을 취소하고 싶습니다.)
- Anh làm thẻ khách hàng(cộng số dặm) nhé?
  (고객(마일리지) 카드를 만드시겠습니까?)
- Chị phải đến sân bay khoảng 2 tiếng trước khi khởi hành.
  (출발하기 약 2시간 전에 공항에 나오셔야 합니다.)

출국 라운지 nhà chờ khởi hành	공항 sân bay
국제공항 sân bay quốc tế	국내공항 sân bay nội địa
출발(하다) khởi hành	도착(하다) đến nơi
세 시간 지연 hoãn ba tiếng	한 시간 연착 đến chậm một tiếng
공항에 마중 나가다 ra sân bay đón	공항에 마중 나가다 ra sân bay tiễn
여권 hộ chiếu	비자 visa
조종사 phi công	비행기 승무원 tiếp viên hàng không
스튜어디스 tiếp viên nữ	스튜어드 tiếp viên nam
비행기 티켓 vé máy bay	탑승권 thẻ lên máy bay
출국 수속을 밟다 làm thủ tục xuất cảnh	입국 수속을 밟다 làm thủ tục nhập cảnh
비행기에 탑승하다 lên máy bay	비행기에서 내리다 xuống máy bay
비행기를 타다 đi máy bay	비행기를 놓치다 nhỡ chuyến bay
비행 bay	비행 시간 giờ bay
세금 thuế	관세 thuế quan

세관원 nhân viên hải quan	세관 hải quan
신고하다 khai báo	세관신고서 tờ khai hải quan
과세(하다) đánh thuế	면세(하다) miễn thuế
시차 chênh lệch giờ	2시간의 시차 chênh lệch 2(hai) giờ
시차에 고생하다 khổ sở vì lệch giờ	시차에 적응하다 thích ứng với sự lệch giờ
입구 lối vào	출구 lối ra
이륙하다 cất cánh	착륙하다 hạ cánh
면세점 cửa hàng miễn thuế	화장실 nhà vệ sinh
비어있음(화장실) trống	사용 중(화장실) đang sử dụng, có người

Luyện tập

I. 다음 낱말을 베트남어로 말해 보세요.

(1) 창구 _____   (2) 초고속 열차 _____
(3) 공항 _____   (4) 종착역 _____
(5) 대기실 _____   (6) 개찰구 _____
(7) 자동개찰기 _____ (8) 탑승권 _____
(9) 세관 _____   (10) 시차 _____

II. 다음 문장을 베트남어로 말해 보세요.

(1) 푸미흥으로 가는 버스는 어디 타죠?
_____

(2) 여기 내려주세요. _____

(3) 달랏 행 항공권을 예약하고 싶습니다.
_____

(4) 비행기가 몇 시에 출발합니까?
_____

(5) 비행이 얼마나 걸립니까? _____

24 휴가 / 여행 (KÌ NGHỈ/DU LỊCH)

- Sau một tuần nữa tôi có kì nghỉ. (일주일 후면 난 휴가다.)
- Phương đi nghỉ sau hai tuần nữa. (서니는 이주일 후에 휴가 간다.)
- Kiên sẽ lấy thông tin từ công ty du lịch trước khi đi.
  (떠나기 전에 끼엔은 여행사에서 정보를 얻을 것이다.)
- Gyubin sẽ đi Việt Nam du lịch.
  (규빈은 베트남으로 여행을 떠날 것이다.)
- Người Hàn Quốc cần có visa(thị thực) để lưu trú ở Việt Nam 16 ngày trở lên.
  (한국 사람은 베트남에 16일 이상 머무르기 위해서는 비자가 필요하다.)
- Hiếu sẽ xếp vào va li du lịch. (혜우는 여행 가방을 쌀 것이다.)
- Khang đã mở túi xách. (캉은 가방을 풀었다.)
- Mười năm rồi Messi mới đi du lịch với gia đình.
  (메시는 10년 만에 가족과 같이 여행 간다.)
- Sunny muốn du lịch vòng quanh thế giới.
  (서니는 세계 일주 여행을 하고 싶다.)
- Họ đã đi du lịch tuần trăng mật ở Nha Trang.
  (그들은 신혼여행을 냐짱으로 갔다.)
- Gia Hân đã đi du lịch một tháng sau khi tốt nghiệp đại học.
  (자헌은 대학을 졸업하고 1개월간 여행을 다녔다.)

여행 가방 va li (du lịch)	배낭 ba lô
트렁크 va li	수화물 hành lí
핸드캐리어 xe đẩy	호수 hồ nước
비치볼 bóng chơi ở bãi biển	파도 sóng biển
바위 tảng đá	선크림 kem chống nắng
일사병 say nắng	뱃멀미 say sóng
수상스키 trượt nước	서핑보드 ván lướt sóng
잠수부 thợ lặn	물안경 kính bơi
잠수안경 kính lặn	호흡기구 / 호흡관 ống thở
구명조끼 áo phao	오리발 chân vịt
침낭 túi ngủ	공기매트리스 chiếu hơi

세계 지도 bản đồ thế giới	아시아 지도 bản đồ Châu Á
한국 지도 bản đồ Hàn Quốc	베트남 지도 bản đồ Việt Nam
지역지도 bản đồ khu vực	전국지도 bản đồ toàn quốc
지방지도 bản đồ địa phương	도시지도 bản đồ thành phố
시내지도 bản đồ nội thành	도로 지도 bản đồ đường bộ
항공 지도 bản đồ hàng không	항해용 지도 bản đồ hàng hải
해도 hải đồ	약도 lược đồ
관광지도 bản đồ du lịch	역사 지도 bản đồ lịch sử
전자 지도 bản đồ điện tử	정밀 지도 bản đồ chi tiết
전철노선도 bản đồ các tuyến tàu điện	버스노선도 bản đồ các tuyến xe buýt
지도를 그리다 vẽ bản đồ	약도를 그리다 vẽ lược đồ

- Có thể lấy bản đồ nội thành miễn phí ở trung tâm du lịch.
  (여행자 센터에서 시내 지도를 무료로 얻을 수 있습니다.)
- Kiên đi nghỉ ở biển / núi / miền quê / nước ngoài.
  (끼엔은 바다에서 / 산에서 / 시골에서 / 외국에서 휴가를 보낸다.)
- Phải bôi kem chống nắng trước khi ra bãi biển.
  (바닷가에서 나가기 전에 선크림을 발라야 한다.)
- Phương bôi kem chống nắng lên cơ thể để không bị ăn nắng.
  (프엉은 선탠하지 않도록 몸에 선탠 로션을 바른다.)
- Bọn trẻ chơi đùa ở bãi cát ven biển trong lúc chúng tôi bơi.
  (우리가 수영하는 동안, 아이들은 해안가 모래밭에서 논다.)
- Hana đi lên núi vào mùa đông để trượt tuyết.
  (하나는 스키를 타기 위해 겨울에 산으로 간다.)
- Sunny trượt tuyết rất giỏi nên sử dụng lượt trượt dành cho người giỏi.
  (서니는 스키를 매우 잘 타서 상급자 코스를 이용한다.)
- Messi nói đi cáp treo thật thú vị. (메시는 리프트를 타는 것은 참 재미있다고 한다.)
- Khang thích đi cắm trại hơn là ở khách sạn trong lúc đi nghỉ.
  (캉은 휴가 때 호텔에 묵기보다 캠핑하는 것을 더 좋아한다.)
- Hiếu có xe đi cắm trại và lều. (혜우는 캠핑카와 텐트가 있다.)
- Chúng ta dựng lều nhé? Có túi ngủ không? (우리 텐트 칠까? 침낭 있어?)
- Gia Hân du lịch bằng ô tô / xe buýt / xe đạp ở đảo Jeju.
  (자헌은 제주도에서 자동차 / 버스 / 자전거로 여행했다.)

Luyện tập

Ⅰ. 다음 낱말을 베트남어로 말해 보세요.

(1) 구름　　_____
(2) 지평선　_____
(3) 튜브　　_____
(4) 해변가　_____
(5) 배낭　　_____
(6) 호수　　_____
(7) 잠수부　_____
(8) 침낭　　_____
(9) 지도　　_____
(10) 선크림　_____

Ⅱ. 다음 문장을 베트남어로 말해 보세요.

(1) 이주일 후에 나는 휴가 간다.
　_____

(2) 16일 이상 베트남에 머무르려면 비자가 필요하다.
　_____

(3) 오늘 저녁에 가방을 쌀 것이다.
　_____

(4) 나는 외국에서 휴가를 보낸다.
　_____

(5) 겨울에 나는 스키를 타기 위해서 산으로 간다.
　_____

호텔 (KHÁCH SẠN)

호텔 지배인 quản lí khách sạn	호텔 사장 giám đốc khách sạn
벨보이 người trực tầng	엘리베이터보이 người trực thang máy
방청소부 nữ dọn phòng	수위 bảo vệ
체크인 check-in, nhận phòng	체크아웃 check-out, trả phòng
1인실 phòng một người	2인실 phòng hai người
숙박부 sổ khách hàng	비상구 lối thoát hiểm

에어컨 máy điều hoà, máy lạnh	히터 thiết bị sưởi
룸서비스 dịch vụ phòng	팁 tiền boa
모닝콜 gọi báo thức buổi sáng	식권 phiếu ăn
목욕가운 áo khoác sau khi tắm	수건 khăn
비누 xà phòng, xà bông	샴푸 dầu gội
호텔경영자 chủ khách sạn	관리인 người quản lí

 호텔 정보(thông tin về khách sạn)

A : Có thể đặt phòng ở đây không? (여기서 호텔 예약이 가능합니까?)
B : Vâng, được ạ. (네, 가능합니다.)

A : Anh có thể giới thiệu một khách sạn giá vừa phải không?
(가격이 괜찮은 호텔을 하나 추천해 주실 수 있습니까?)
B : Vâng, có nhiều lắm ạ. (예, 많이 있습니다.)

A : Có phòng trống không? (빈 방 있습니까?)
B : Vâng, có ạ. (네, 있습니다.)
    Xin lỗi, hết phòng rồi ạ. (죄송합니다. 방이 모두 찼습니다.)

A : Tôi đã đặt một phòng vào tháng trước. (지난 달에 방을 하나 예약했습니다.)
B : Chị đặt với tên gì ạ? (어떤 이름으로 예약하셨습니까?)
A : Tôi đã đặt với tên Lee Sunny. (이서니라는 이름으로 예약했습니다.)

A : Anh muốn phòng có vòi sen hay phòng có phòng tắm thông thường?
(샤워 시설이 있는 방을 원하십니까, 아니면 욕실이 딸린 방을 원하십니까?)

B : Hãy cho phòng có vòi sen. (샤워 시설이 있는 방을 주세요.)

A : Cô muốn phòng thế nào ạ? (어떤 방을 원하십니까?)

B : Hãy cho phòng nhìn ra biển. (바다가 보이는 방을 주세요.)
   Hãy cho phòng nhìn ra công viên. (공원이 보이는 방을 주세요.)

A : Phòng hai người bao nhiêu? (2인실은 얼마입니까?)

B : Tám mươi đô la ạ. (80 달러입니다.)

A : Bao gồm ăn sáng chứ? (아침식사 포함인가요?)

B : Vâng, bao gồm ăn sáng ạ. (네, 아침식사 포함입니다.)

A : Phải trả phòng trước mấy giờ? (몇 시까지 체크아웃을 해야 합니까?)

B : Phải trả phòng trước 12 giờ ạ. (12시 전에 체크아웃을 하셔야 합니다.)

A : Có nhận ngân phiếu du lịch không? (여행자 수표를 받습니까?)

B : Vâng, nhận ạ. (네, 받습니다.)

A : Nhà hàng ở đâu? (식당은 어디에 있습니까?)

B : Ở đằng kia ạ. (저기에 있습니다.)

A : Mấy giờ nhà hàng mở cửa? (식당은 몇 시에 엽니까?)

B : Nhà hàng mở cửa lúc 7(bảy) giờ sáng ạ. (식당은 아침 7시에 엽니다.)

A : Chị giữ giúp hành lí này được không ạ? (이 짐을 맡아 주실 수 있습니까?)

B : Vâng, anh hãy đưa đây. (네, 주십시오.)

A : Có thể gửi đồ quý giá không? (귀중품을 맡길 수 있을까요?)

B : Xin lỗi không được ạ. (실례지만 안 됩니다.)

A : Ở đây có ai biết nói tiếng Việt không ạ? (여기 누가 베트남어를 할 줄 압니까?)

B : Vâng, có ạ. (네, 있습니다.)

- Hãy đánh thức giúp vào lúc bảy giờ sáng mai. (내일 아침 7시에 깨워 주세요.)
- Suất ăn sáng tôi đặt vẫn chưa có. (주문한 아침 식사가 아직 안 왔습니다.)
- Hãy lấy giúp nước và nước đá. (물과 얼음을 좀 가져다주세요.)
- Hãy giặt giúp quần áo này. (이 옷을 세탁해 주세요.)

- Tôi bỏ quên chìa khoá trong phòng rồi. (열쇠를 방안에 두고 나왔습니다.)
- Phòng này quá ồn. (이 방은 너무 시끄럽습니다.)
- Tôi muốn đổi phòng. (방을 바꿨으면 좋겠습니다.)
- Tôi muốn phòng khác. (다른 방을 원합니다.)
- Bồn cầu bị hỏng rồi. (변기가 고장이 났습니다.)
- Không có nước nóng. (온수가 나오지 않습니다.)
- Tôi muốn lấy hành lí đã gửi. (맡긴 짐을 찾고 싶습니다.)
- Hãy cho một danh thiếp có ghi địa chỉ khách sạn này.
  (이 호텔 주소가 적힌 카드 한 장 주세요.)
- Hãy cho một người phục vụ. (서비스맨 한 사람 보내 주세요.)
- Hãy cho một người chuyển hành lí. (짐 나르는 사람 한 명 보내 주세요.)
- Hãy gọi giúp một chiếc taxi. (택시 한 대 불러 주세요.)
- Xin hãy cho hoá đơn. (계산서 부탁합니다.)

Luyện tập

Ⅰ. 다음 낱말을 베트남어로 말해보세요.

(1) 접수 _____ (2) 짐 _____
(3) 벨 보이 _____ (4) 수위 _____
(5) 비상구 _____ (6) 체크아웃 _____
(7) 모닝콜 _____ (8) 히터 _____
(9) 룸서비스 _____ (10) 2인실 _____

Ⅱ. 다음 우리말을 베트남어로 말해보세요.

(1) 빈 방이 있습니까? _____
(2) 방을 하나 예약했습니다. _____
(3) 그 객실은 얼마입니까? _____
(4) 방을 바꿨으면 좋겠습니다. _____
(5) 식당이 몇 시에 문을 엽니까? _____

26 컴퓨터/정보처리 (MÁY VI TÍNH/XỬ LÍ THÔNG TIN)

www	world wide web		http	hypertext transfer protocol
:	dấu hai chấm		/	dấu xuyệt
–	dấu gạch ngang		_	dấu gạch dưới
@	a móc, a còng		.	dấu chấm
,	dấu phẩy		'	dấu lửng

- Sunny lướt net mỗi ngày. (서니는 매일 인터넷 서핑을 한다.)
- Kiên thích chơi game trên máy vi tính của tôi.
  (끼엔은 내 컴퓨터에서 게임하기를 좋아한다.)
- Phương chat bằng máy tính xách tay.
  (프엉는 노트북으로 채팅을 한다.)
- Địa chỉ email thế nào? (이메일 주소가 어떻게 됩니까?)
- Nếu có câu hỏi thì hãy liên lạc qua địa chỉ email này.
  (질문이 있으면 이 이메일 주소로 연락하세요.)

메뉴표시줄 đường biểu thị menu	커서 con trỏ
스캐너 máy scan	하드디스크 ổ đĩa cứng
레이저프린터 máy in laser	잉크젯프린터 máy in phun
토너 카트리지 ống mực	재생 토너 카트리지 ống mực tái sử dụng
사운드카드 card âm thanh	비디오카드 card màn hình
네트워크 카드 card mạng	모뎀 modem
연장코드 đầu nối chuyển tiếp	프로세서 bộ xử lí
DVD드라이브 ổ DVD	게시판 bảng thông báo
윈도우 window	브라우저 trình duyệt
북마크 đánh dấu	서버 server, máy chủ
인터넷 internet	인터넷 사용자 người sử dụng internet
툴바 thanh công cụ	서핑하다 lướt
웹사이트 website, trang web	홈페이지 trang chủ
채팅 chat	해커 hacker (kẻ tấn công máy tính)
소프트웨어 phần mềm	부팅디스켓 đĩa khởi động
문자메시지 tin nhắn	댓글 phản hồi, comment
도메인시스템 hệ thống tên miền	백업 back-up, sao lưu
바이러스 virus	백신 phần mềm diệt virus
마우스패드 miếng để chuột	아이콘 biểu tượng
노트북 máy (vi) tính xách tay	데스크톱 컴퓨터 máy vi tính để bàn
(애플) 아이패드 iPad (Apple)	(삼성) 갤럭시탭 Galaxy Tab (Samsung)

- Gia Hân mở/tắt máy vi tính. (자헌이 컴퓨터를 켠다/끈다.)
- Hiếu khởi động máy vi tính. (헤우는 컴퓨터를 부팅시킨다.)
- Khang dùng chuột bấm vào biểu tượng.
  (캉은 마우스로 아이콘을 클릭한다.)
- Nếu muốn trở lại trang trước thì làm thế nào?
  (이전 사이트로 되돌아가려면 어떻게 하죠?)
- Bấm vào "Back" là được. ("Back"만 누르면 됩니다.)
- Messi muốn lưu file(tập tin) này. (메시는 이 파일을 저장하고 싶다.)
- Hana không muốn lưu file này. (하나는 이 파일을 저장하고 싶지 않다.)
- Đừng quên lưu file này nhé. (이 파일 저장하는 것을 잊지 마세요.)
- Tôi không cần file này. Hãy xoá nó đi.
  (나는 이 파일이 필요 없다. 이것을 지우세요.)
- Khi làm xong thì tắt giúp máy tính xách tay nhé.
  (작업을 끝내면 노트북을 꺼 주세요.)
- Máy vi tính bị hỏng rồi. (컴퓨터가 다운되었다.)
- Folder(thư mục) này chứa tất cả các file liên quan đến chủ đề đó.
  (이 폴더는 그 주제에 관한 모든 파일이 들어있습니다.)
- Nếu muốn chuyển file sang folder khác thì nhấp chuột vào file đó rồi đưa sang folder đó. (파일을 다른 폴더로 옮기려면, 그 파일을 마우스로 클릭한 후 그 폴더로 가지고 간다.)
- Anh biết chương trình này không? (이 프로그램을 아십니까?)
- Anh biết sử dụng chương trình này thế nào không?
  (이 프로그램을 어떻게 사용하는지 아십니까?)
- Tôi không biết sử dụng chương trình này. Hãy giải thích giúp.
  (이 프로그램을 사용할 줄 모릅니다. 설명해 주세요.)
- Tôi không biết gì ngoài mấy chương trình làm văn bản.
  (나는 몇 가지 문서작성 프로그램밖에 모릅니다.)
- Anh Hải là chuyên gia máy vi tính. (하이 씨는 컴퓨터 전문가이다.)
- Ngày nay mọi văn phòng đều có máy vi tính.
  (오늘날 모든 사무실에 컴퓨터가 있다.)
- Ở đây có kết nối internet không? Tôi muốn gửi email.
  (여기 인터넷 연결이 있습니까? 이메일을 보내고 싶거든요.)

이메일 (Email)

이메일 email, thư điện tử	이메일 주소 địa chỉ email
이메일을 확인하다 kiểm tra email	이메일을 보내다 gửi email
보낸 편지함 hộp thư đi	보낸 편지함에 저장하다 lưu vào hộp thư đi
받은 편지함 hộp thư đến	임시 보관함 (drafts) thư nháp
윗글 (previous) trước	아랫글 (next) tiếp theo
답장 (reply) trả lời	전체답장 (reply all) trả lời tất cả
비우기 (empty) huỷ, xoá bỏ	(파일) 첨부하기 đính kèm (file)
대문자 chữ in	소문자 chữ thường
편지 쓰기 (compose) soạn thư	제목 (subject) chủ đề
참조 (cc) tham chiếu	숨은 참조 (bcc) đồng tham chiếu
발송/편지 보내기 (send) gửi	전달 (forward) chuyển tiếp
삭제 (delete) xoá	휴지통 (trash) thùng rác
스팸 편지함 (junk) hộp thư rác	스팸메일 (spam mail) thư rác
스팸메일을 지우다 xoá thư rác	스팸메일을 차단하다 chặn thư rác
첨부 파일 file đính kèm	모르는 발신자 người gửi không quen biết

- Nếu muốn thì có thể burn các file vào CD.
  (원하면 파일들을 CD로 구울 수 있다.)
- Tôi copy dữ liệu vào USB để đề phòng.
  (만약을 위해서 나는 데이터를 USB 스틱에 복사한다.)
- Nếu muốn trả lời email thì nhấp vào Reply.
  (이메일에 답장하려면 Reply만 클릭하면 됩니다.)
- Nội dung cụ thể trong file đính kèm.
  (자세한 내용은 첨부 파일에 들어 있습니다.)
- File đính kèm thư của người gửi không quen biết có thể chứa virus.
  (모르는 발신자의 메일에 딸린 첨부파일은 바이러스를 포함할 수 있다.)

Luyện tập

Ⅰ. 다음 낱말을 베트남어로 말해 보세요.

(1) 헤드폰　　＿＿＿＿＿＿＿＿

(2) 프린터　　＿＿＿＿＿＿＿＿

(3) 키보드　　＿＿＿＿＿＿＿＿

(4) 스캐너　　＿＿＿＿＿＿＿＿

(5) 채팅　　　＿＿＿＿＿＿＿＿

(6) 서버　　　＿＿＿＿＿＿＿＿

(7) 이메일주소　＿＿＿＿＿＿＿＿

(8) 서핑하다　＿＿＿＿＿＿＿＿

(9) 바이러스　＿＿＿＿＿＿＿＿

(10) 백신　　　＿＿＿＿＿＿＿＿

Ⅱ. 다음 문장을 베트남어로 말해 보세요.

(1) 여기 인터넷 연결이 있습니까?
　＿＿＿＿＿＿＿＿＿＿＿＿＿＿＿＿＿＿＿＿＿＿

(2) 이메일 주소가 어떻게 됩니까?
　＿＿＿＿＿＿＿＿＿＿＿＿＿＿＿＿＿＿＿＿＿＿

(3) 이 파일을 저장하고 싶습니다.
　＿＿＿＿＿＿＿＿＿＿＿＿＿＿＿＿＿＿＿＿＿＿

(4) 컴퓨터가 다운되었습니다.
　＿＿＿＿＿＿＿＿＿＿＿＿＿＿＿＿＿＿＿＿＿＿

(5) 이 프로그램을 사용할 줄 모릅니다. 설명해 주세요.
　＿＿＿＿＿＿＿＿＿＿＿＿＿＿＿＿＿＿＿＿＿＿

27 전화 (ĐIỆN THOẠI)

Chuông điện thoại reo.
(전화벨이 울린다.)

Nhấc ống nghe lên và trả lời.
(수화기를 들고 대답한다.)

Bấm số điện thoại.
(전화번호를 누른다.)

Đặt ống nghe xuống.
(수화기를 내려놓는다.)

전화기	máy điện thoại	수화기	ống nghe
전화선	dây điện thoại	전화 버튼	nút điện thoại
유선전화	điện thoại cố định	무선전화	điện thoại di động
핸드폰	điện thoại cầm tay	스마트폰	điện thoại thông minh
자동응답기	máy trả lời tự động	전화 요금	cước điện thoại
전화 카드	thẻ điện thoại	전화번호부	danh bạ điện thoại
발신음	âm tín hiệu	전화 부스/박스	bốt điện thoại
내선 번호	số nội bộ	메시지	tin nhắn
긴급 전화	điện thoại khẩn	교환원	nhân viên tổng đài
국가 번호	mã quốc gia	지역 번호	mã vùng

국가 번호

한국	82	북한	850	베트남	84
일본	81	중국	86	홍콩	852
대만	886	싱가포르	65	인도	91
호주	61	프랑스	33	이탈리아	39
영국	44	독일	49	스페인	34
스위스	41	러시아	7	미국	1
캐나다	1	브라질	55		

베트남의 지역 번호

Lào Cai 20, Phú Thọ 210, Vĩnh Phúc 211, Hòa Bình 218, Hà Giang 219, Sơn La 22, Điện Biên 230, Lai Châu 231, Bắc Giang 240, Bắc Ninh 241, Lạng Sơn 25, Cao Bằng 26, Tuyên Quang 27, Thái Nguyên 280, Bắc Kạn 281, Yên Bái 29

Ninh Bình 30, Hải Phòng 31, Hải Dương 320, Hưng Yên 321, Quảng Ninh 33, Nam Định 350, Hà Nam 351, Thái Bình 36, Thanh Hóa 37, Nghệ An 38, Hà Tĩnh 39

Hà Nội 4

Đăk Lăk 500, Đăk Nông 501, Quảng Nam 510, Đà N?ng 511, Quảng Bình 52, Quảng Trị 53, Thừa Thiên - Huế 54, Quảng Ngãi 55, Bình Định 56, Phú Yên 57, Khánh Hòa 58, Gia Lai 59

Kon Tum 60, Đồng Nai 61, Bình Thuận 62, Lâm Đồng 63, Bà Rịa - Vũng Tàu 64, Bình Dương 650, Bình Phước 651, Tây Ninh 66, Đồng Tháp 67, Ninh Thuận 68

Vĩnh Long 70, Cần Thơ 710, Hậu Giang 711, Long An 72, Tiền Giang 73, Trà Vinh 74, Bến Tre 75, An Giang 76, Kiên Giang 77, Cà Mau 780, Bạc Liêu 781, Sóc Trăng 79

Thành phố Hồ Chí Minh 8

주요전화번호

한국(Hàn Quốc)	베트남(Việt Nam)
범죄신고 112	경제-문화-사회 정보 서비스 1080
간첩신고 및 대공상담 113	전화 상담 서비스 1088
화재 및 구급, 구조신고 119	공안/경찰 113
상수도고장신고 121	화재 신고 114
마약사범신고 127	구급 신고 115
전기고장신고 123	전화번호 문의 116
밀수신고 125	시간 문의 117
환경오염신고 128	전화고장신고 119
응급환자신고 129	인터넷 사용자 서비스 800126

- Tôi dùng điện thoại được không? (전화 좀 사용해도 될까요?)
- Xin lỗi ai vậy ạ? (시례지만 누구십니까?)
- Tôi muốn nói chuyện với anh Trung. (쭝 씨와 통화하고 싶습니다.)
- Hãy chuyển máy giúp đến anh Vinh. (빙 씨 좀 바꿔 주세요.)
- Là tôi đây. (접니다.)
- Xin chờ một chút. (잠시만 기다리세요.)
- Đừng cúp máy mà hãy chờ nhé. (끊지 말고 기다려 주세요.)
- Xin hãy gọi lại sau. (나중에 다시 전화 걸어 주세요.)
- Trạng thái kết nối không tốt. Hãy cúp máy rồi gọi lại.
  (연결 상태가 안 좋습니다. 전화를 끊고 다시 걸어 주세요.)
- Số điện thoại thế nào nhỉ? (전화번호가 어떻게 되시죠?)
- Bây giờ đang bận máy. (지금 통화 중입니다.)
- Đây là số điện thoại không có người đăng kí.
  (이것은 가입자가 없는 번호입니다.)
- Xin hãy nói chậm hơn một tí. (좀 더 천천히 말씀해 주십시오.)
- Anh nói to hơn một tí được không ạ?
  (좀 더 큰 소리로 말씀해 주실 수 있습니까?)

- Bây giờ anh Tú không có ở văn phòng.
  (뜨 씨는 지금 사무실에 안 계세요.)

- Có nhắn gì không ạ? (전할 말씀이라도 있습니까?)

- Anh nhắn giúp anh Tuấn nhé? (뚜언 씨에게 말씀 좀 전해 주시겠습니까?)

- Để lại tin nhắn cho anh Tú được không ạ?
  (뚜 씨에게 메시지를 남겨도 될까요?)

- Xin hãy nhắn giúp là Hồng gọi ạ. (홍이 전화했다고 전해 주십시오.)

- Xin hãy nhắn giúp là hãy gọi điện cho Thuý ạ.
  (튀에게 전화하라고 전해 주십시오.)

- Bây giờ anh Hải đang họp. (하이 씨는 지금 회의 중입니다.)

- Ở đây không có người mang tên như thế ạ.
  (여기에는 그런 이름을 가진 사람은 없습니다.)

- Xin lỗi, có lẽ anh gọi nhầm rồi. (죄송합니다. 잘못 건 것 같습니다.)

- Chị gọi điện thoại đường dài nhiều không?
  (장거리 전화를 많이 거십니까?)

- Gọi điện nội bộ miễn phí. (구내 통화는 무료이다.)

- Đây là điện thoại quốc tế. Xin hãy nói ngắn gọn ạ.
  (이것은 국제 통화입니다. 간단히 말씀해 주십시오.)

- Cảm ơn anh đã gọi điện. (전화 주셔서 감사합니다.)

- Tôi sẽ gọi lại sau. (나중에 다시 전화 드리겠습니다.)

- Bây giờ tôi rất bận. Tôi gọi lại sau được chứ?
  (지금 제가 몹시 바쁩니다. 제가 나중에 전화 드려도 될까요?)

자동응답기

1) Xin chào. Đây là Lee Sunny. Bây giờ tôi không có ở nhà. Xin hãy để lại tin nhắn hoặc số điện thoại. Tôi sẽ gọi lại. (안녕하세요. 이서니입니다. 지금은 제가 집에 없습니다. 메시지나 전화번호를 남겨 주세요. 전화 드리겠습니다.)

2) Đây là máy trả lời tự động của Lý Gia Hân. Bây giờ tôi không thể nói chuyện điện thoại được. Hãy để lại tin nhắn sau tiếng bíp. Tôi sẽ liên lạc lại trong thời gian sớm nhất. Xin cảm ơn. Bíp. (이것은 리자헌의 자동응답기입니다. 지금은 제가 통화할 수 없습니다. 삐 소리 후 메시지를 남겨 주세요. 가능한 한 빨리 연락드리겠습니다. 감사합니다. 삐~.)

Luyện tập

Ⅰ. 다음 낱말을 베트남어로 말해 보세요.

(1) 수화기　　　＿＿＿＿＿＿

(2) 핸드폰　　　＿＿＿＿＿＿

(3) 전화카드　　＿＿＿＿＿＿

(4) 발신음　　　＿＿＿＿＿＿

(5) 긴급전화　　＿＿＿＿＿＿

(6) 내선 번호　 ＿＿＿＿＿＿

(7) 지역번호　　＿＿＿＿＿＿

(8) 자동응답기　＿＿＿＿＿＿

(9) 장거리 전화　＿＿＿＿＿＿

(10) 메시지　　　＿＿＿＿＿＿

Ⅱ. 다음 문장을 베트남어로 말해 보세요.

(1) 실례지만 누구십니까?
　＿＿＿＿＿＿＿＿＿＿＿＿＿＿＿＿＿＿＿＿

(2) 접니다.
　＿＿＿＿＿＿＿＿＿＿＿＿＿＿＿＿＿＿＿＿

(3) 지금 통화 중입니다.
　＿＿＿＿＿＿＿＿＿＿＿＿＿＿＿＿＿＿＿＿

(4) 메시지를 남겨도 될까요?
　＿＿＿＿＿＿＿＿＿＿＿＿＿＿＿＿＿＿＿＿

(5) 이것은 국제 통화입니다.

28 감정(TÌNH CẢM) – I

Nóng quá.
(덥다.)

Lạnh quá.
(춥다.)

Đói bụng quá.
(배고프다.)

Thất vọng quá.
(실망스럽다.)

Vui quá.
(기분이 좋다.)

Giận lắm.
(화가 난다.)

Buồn quá.
(슬프다.)

đang khóc
(울고 있다.)

đang cười
(웃고 있다.)

Sao cũng được.
(알게 뭐람!) 될 대로 되라지!

Khát nước quá.
(목마르다.)

Mệt quá.
(피곤하다.)

기분 좋을 때

- Nhìn thấy em vui quá. (너를 보아 기분 좋다.)
- Gặp em vui quá. (너를 만나 기분이 좋아.)
- Vui chết đi được. (즐거워 죽겠어.)
- Quá cảm động! (너무 감동이다!)
- Tốt lắm. Mọi thứ tốt đẹp cả rồi. (아주 좋아. 모든 게 잘 되었어.)
- Lần đầu tiên có tâm trạng thế này đấy. (이런 기분은 처음이다.)

기분 나쁠 때

- Ghét quá. (너무 싫다.)
- Giận lắm. (너무 화났다.)
- Quá bực luôn. (너무 열받는다.)
- Thật là chán. (진짜 지겹다.)
- Bực mình quá đi. (너무 짜증난다.)
- Đừng có chọc tức tao. (나 자극하지 마.)
- Đừng làm tao điên tiết. (내 성질 건드리지 마)
- Giận đến mức sắp bùng nổ. (화가 나서 폭발할 지경이다.)
- Tôi không thể kiềm chế cơn giận. (난 화를 참을 수 없다.)
- Mày có biết là mày đang gây chuyện không? (너 일 만들고 있는 거 알지?)

슬플 때

- Quá buồn. (너무 슬프다.)
- Muốn khóc luôn. (울고 싶다.)
- Quá u sầu. (매우 우울하다.)
- Tôi đã khóc suốt đêm. (나는 밤새 울었다.)
- Không muốn sống nữa. (살고 싶지 않아.)
- Trong hoạ có phúc. (불행 중 다행이다.)

사과할 때

- Xin lỗi ạ. (미안합니다.)
- Xin tha thứ cho. (용서해 주세요.)
- Xin tha thứ. (용서를 구합니다.)
- Cầu mong tha thứ. (용서를 빕니다.)
- Tôi xin lỗi về việc đã sai phạm. (제가 저지른 일에 대해 죄송합니다.)
- Đó không phải là sự cố ý. (그것은 고의가 아니었습니다.)

귀찮거나 힘들고 괴로울 때

- Điên mất! (미치겠네!)
- Điều đó làm tao điên! (그것이 나를 미치게 만드네!)
- Chú tâm vào việc của mày đi. (네 일이나 신경 써라.)
- Mặc kệ mày. (너랑 상관없잖아.)
- Không thể nhịn thêm nữa. (더 이상 참을 수 없어.)
- Tôi không thể nhịn điều đó được nữa. (나는 그것을 더 이상 참을 수 없다.)
- Tôi không chịu đựng điều đó được nữa.
  (나는 그것을 더 이상 견디지 못한다.)
- Tôi không thể chấp nhận điều đó được nữa.
  (난 그것을 더 이상 받아들일 수 없다.)
- Tôi sẽ không chờ nữa. (난 더 이상 기다리지 않겠다.)
- Tôi chán nản vô cùng. (난 완전히 맥이 빠졌다.)
- Tình hình hoàn toàn tuyệt vọng. (상황이 완전히 절망적이다.)

화날 때

- Im coi nào. (조용히 해.)
- Câm mồm. (닥쳐.)
- Thôi đi. (됐어.)

- Đi ra. (나가.)
- Cút xéo. (꺼져.)
- Đừng làm tao bực mình nhé. (날 짜증나게 하지 마라.)
- Không ai hỏi mày. (누구도 네게 질문하지 않았다.)
- Ai hỏi mày? (누가 네게 물었어?)
- Đang đùa tao đấy à? (나 놀리고 있는 거지.)
- Mày định đùa tao đấy ư? (너 나를 놀리려는 거지.)
- Em giận anh rồi. (난 네게 화났다.)
- Tôi giận rồi. Đừng có chọc tức. (나 화났어. 건드리지 마.)

기쁨 niềm vui		슬픔 nỗi buồn	
즐거움 sự vui vẻ		괴로움 sự phiền muộn	
행복 niềm hạnh phúc		불행 sự bất hạnh	
희망 niềm hi vọng		실망 sự thất vọng	
절망 sự tuyệt vọng		화 cơn giận	
분노 sự phẫn nộ		격노 cơn thịnh nộ	
만족 sự hài lòng		불만족 sự không hài lòng	

Luyện tập

Ⅰ. 다음 낱말을 베트남어로 말해 보세요.

(1) 즐거움　_____

(2) 슬픔　_____

(3) 화　_____

(4) 행복　_____

(5) 불행　_____

Ⅱ. 다음 문장을 베트남어로 말해 보세요.

(1) 덥다.
_____

(2) 실망스럽다.
_____

(3) 화난다.
_____

(4) 피곤하다.
_____

(5) 너무 감동했다.
_____

(6) 나 건드리지 마.
_____

(7) 하루 종일 울었다.
_____

(8) 미치겠네!
_____

(9) 난 완전히 맥이 빠져있다.
_____

(10) 나 놀리고 있는 거지.
_____

29 감정 (TÌNH CẢM) – II

Tôi sợ lắm.
(나는 무서워요.)

Tôi lo lắm.
(나는 걱정이 돼요.)

Ôi, trời đất ơi.
(오, 세상에.)

Tôi không thích thịt.
(나는 고기를 싫어해요.)

Tôi rất thích bánh kem.
(나는 케이크를 아주 좋아해요.)

Ôi trời! Thật là ngạc nhiên!
(어머나! 정말 놀라와요!)

두려울 때

- Tôi sợ chó. (나는 개를 무서워한다.)
- Suýt rơi tim luôn. (간 떨어질 뻔했다.)
- Sợ chết đi được. (무서워 죽겠어.)
- Sởn hết gai ốc. (소름이 쫙 끼쳤다.)

 걱정될 때

- Thật không ra làm sao! (너무 안됐다!)
- Làm cái đó tôi lo lắm. (난 그것을 하는 것이 걱정이다.)
- Tôi rất lo. (난 매우 걱정된다.)
- Bất an lắm. (불안하다.)
- Không tốt như mình nghĩ.
  (생각했던 것처럼 그렇게 좋지는 않았다.)
- Tôi lo mình sẽ mắc bệnh.
  (나는 병에 걸릴까봐 걱정이다.)
- Đối với tôi giờ đây không có cách nào khác.
  (내겐 이제 다른 방법이 없다.)

 놀랐을 때

- Ôi trời! / Ôi giời. (아이고! / 어머나!)
- Đẹp thật! (정말 예쁘다!)
- Không thể tin được! (믿을 수 없다!)
- Thật ư? / Thật không? (진짜야? / 정말?)
- Khỏi nói luôn! (말도 마라!)
- Chắc không? (확실해?)
- Không thể tin nổi điều đó. (그것을 믿을 수 없다.)

아쉬움 / 동정심이 일 때

- Thật đáng tiếc. (참 유감입니다.)
- Xin chia buồn. (애도를 표합니다.)
- Chuyện quá đau buồn! (너무 슬픈 일이에요!)
- Ôi những con người đáng thương! (불쌍한 사람들!)
- Anh hiểu em mà. (난 널 이해한다.)
- Được biết em mất việc, đau lòng quá. (네가 실직을 했다니 가슴이 아프다.)
- Nghe nói mẹ em qua đời, đau buồn quá.
  (네 어머님이 돌아가셨다니 매우 슬프다.)
- Ôi, thật là tội nghiệp! (저런, 참 딱하구나!)

 화해할 때

- Xin lỗi. (죄송합니다.)
- Không phải cố ý đâu ạ. (고의가 아니었습니다.)
- Tất cả là do tôi bất cẩn. (모든 것이 제 불찰이었습니다.)
- Xin tha thứ cho lỗi lầm của tôi. (제 실수에 대해 용서를 구합니다.)
- Tôi không muốn làm tổn thương tình cảm của em.
  (네 감정을 상하게 하고 싶지 않았다.)
- Anh hứa sẽ không lặp lại điều đó nữa.
  (그것을 다시 하지 않겠다고 약속하마.)
- Tôi hứa sẽ không để việc đó phát sinh nữa.
  (그 일이 다시 발생하지 않도록 하겠다고 약속한다.)
- Anh hứa với em là sẽ không tái diễn nữa.
  (반복하지 않도록, 네게 약속한다.)

 상관하고 싶지 않을 때

- Tuỳ ý em. (네가 원하는 대로.)
- Không quan trọng đối với tôi. (내겐 중요치 않다.)

- Điều đó không liên quan đến tôi. (그것은 나와는 상관없다.)
- Đó không phải là việc của tôi. (그것은 내 일이 아니다.)
- Tôi không quan tâm đến điều đó. (나는 그것에 관심이 없다.)
- Tôi cũng y vậy. (난 똑같다.)
- Mặc kệ mày thế nào. (네게 어떻게든 상관없다.)

 의심이 가거나 놀랐을 때

- Thật không? (사실이야?)
- Đúng không? (맞아?)
- Chắc không? (확실합니까?)
- Chính xác không? (정확해?)
- Hoàn toàn chắc chắn? (완전히 확신하니?)
- Nghi ngờ quá đi. (의심이 간다.)
- Lí do không đáng tin cậy. Không phải thế sao?
  (이유가 미덥지 않아. 그렇지 않니?)
- Có lẽ vậy. (아마도.)

 안심될 때

- Xin đừng lo. (걱정하지 마십시오.)
- Hãy bình tĩnh. (진정하십시오.)
- Nghe tôi nói xong nó an tâm rồi. (그는 내가 한 말을 듣고 안심했다.)
- Bây giờ an tâm rồi. (이제 안심이다.)
- An tâm nhé. (안심해라.)
- Chuyện đó xảy ra hoài ấy mà. (그것은 항상 일어나는 것이다.)
- Chuyện đó lúc nào cũng có thể xảy ra.
  (그런 일은 언제든지 일어날 수 있다.)
- Giải toả căng thẳng và đừng nghĩ đến điều đó nữa.
  (긴장 풀고, 그것에 대해 더 생각하지 마라.)

luyện tập

Ⅰ. 다음 문장을 베트남어로 말해 보세요.

(1) 나는 걱정이 된다. _____

(2) 나는 개를 무서워한다. _____

(3) 나는 그것을 믿을 수 없다. _____

(4) 참 유감입니다. _____

(5) 제 실수에 대해 용서를 구합니다.
_____

Ⅱ. 다음 문장을 한국어로 말해 보세요.

(1) Tôi sợ lắm.
_____

(2) Sởn hết gai ốc.
_____

(3) Bất an lắm.
_____

(4) Khỏi nói luôn!
_____

(5) Anh hiểu em mà.
_____

(6) Không phải cố ý đâu ạ.
_____

(7) Không quan trọng đối với tôi.
_____

(8) Nghi ngờ quá đi.
_____

(9) Bây giờ an tâm rồi.
_____

(10) Hãy bình tĩnh.
_____

30 가족(GIA ĐÌNH)

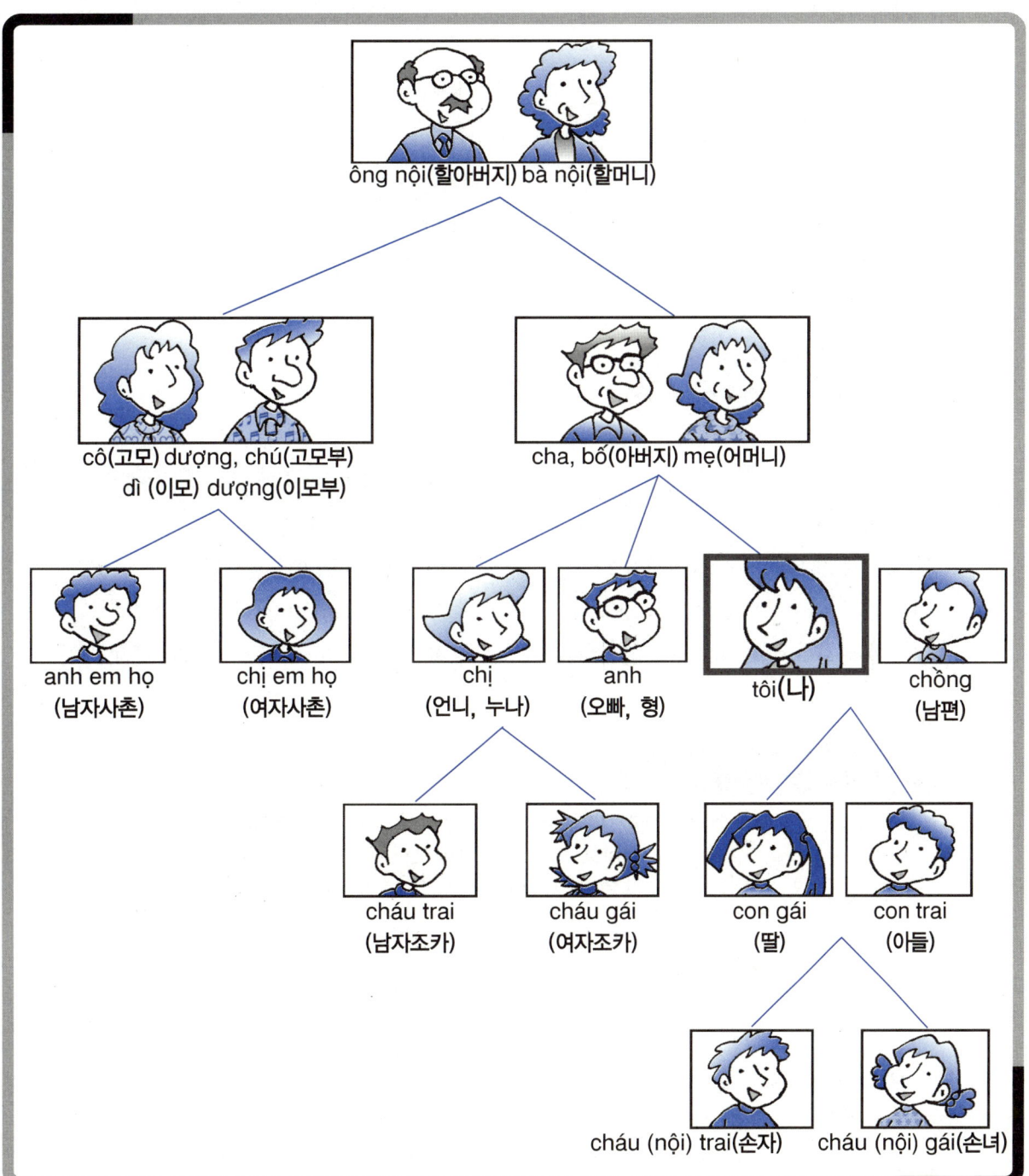

외할아버지 ông ngoại	외할머니 bà ngoại
친아버지 cha ruột	친어머니 mẹ ruột
양아버지 cha nuôi	양어머니 mẹ nuôi
시아버지 cha chồng	시어머니 mẹ chồng
장인 cha vợ	장모 mẹ vợ
남편 chồng	아내 vợ
매형, 매부 anh rể	형수, 시누이 chị dâu
사위 rể	며느리 dâu
처남 anh em vợ	처제 em vợ
큰아버지 bác	작은아버지 chú

형제자매 (anh chị em)

형, 오빠 anh	누나, 언니 chị
남동생 em trai	여동생 em gái
남 쌍둥이 song sinh nam	여 쌍둥이 song sinh nữ
쌍둥이 형제 anh em sinh đôi	쌍둥이 자매 chị em sinh đôi
이복형제 anh em cùng cha khác mẹ	이복자매 chị em cùng cha khác mẹ
이부형제 anh em cùng mẹ khác cha	이부자매 chị em cùng mẹ khác cha

나이 변화에 따른 표현

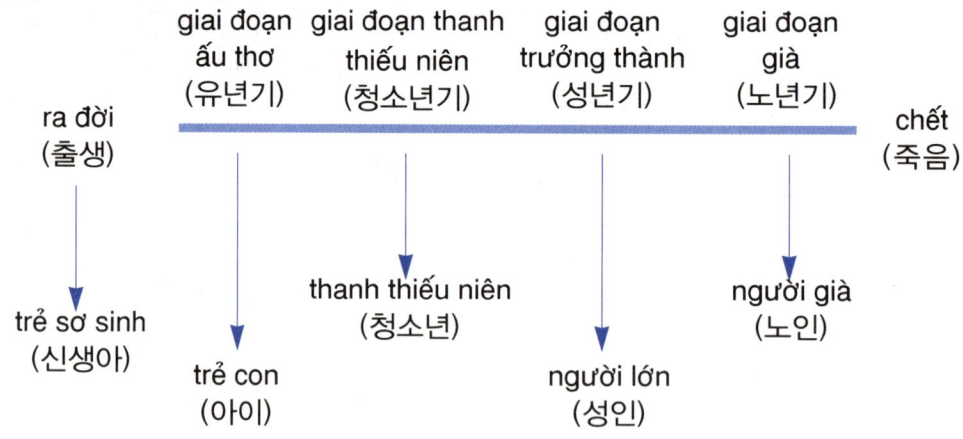

thiếu niên/thiếu nữ tuổi teen 십대 소년/소녀	
người tuổi đôi mươi 이십대 사람	đàn ông tam tuần 삼십대 남자
phụ nữ tứ tuần 사십대 여자	đàn ông trung niên 중년 남자
phụ nữ trung niên 중년 부인	người đi làm lớn tuổi 노년의 직장인
phụ nữ lớn tuổi 노년의 여성	

Luyện tập

I. 다음 말을 한국어로 말해 보세요.

(1) ông nội _____

(2) bác _____

(3) cô _____

(4) cháu _____

(5) anh rể _____

(6) bà ngoại _____

(7) ra đời _____

(8) đàn ông tam tuần _____

(9) phụ nữ trung niên _____

(10) người đi làm lớn tuổi _____

II. 다음 낱말을 베트남어로 말해 보세요.

(1) 할머니 _____ (2) 이모 _____

(3) 남편 _____ (4) 아들 _____

(5) 손녀 _____ (6) 사위 _____

(7) 청소년기 _____ (8) 노년기 _____

(9) 신생아 _____ (10) 쌍둥이 형제 _____

31 동물(ĐỘNG VẬT)

수코양이 mèo đực	암코양이 mèo cái	암퇘지 lợn đực
수퇘지 lợn cái	숫염소 dê đực	암염소 dê cái
숫양 cừu đực	암양 cừu cái	어린양 cừu non
판다 gấu trúc	당나귀 lừa	쥐 chuột

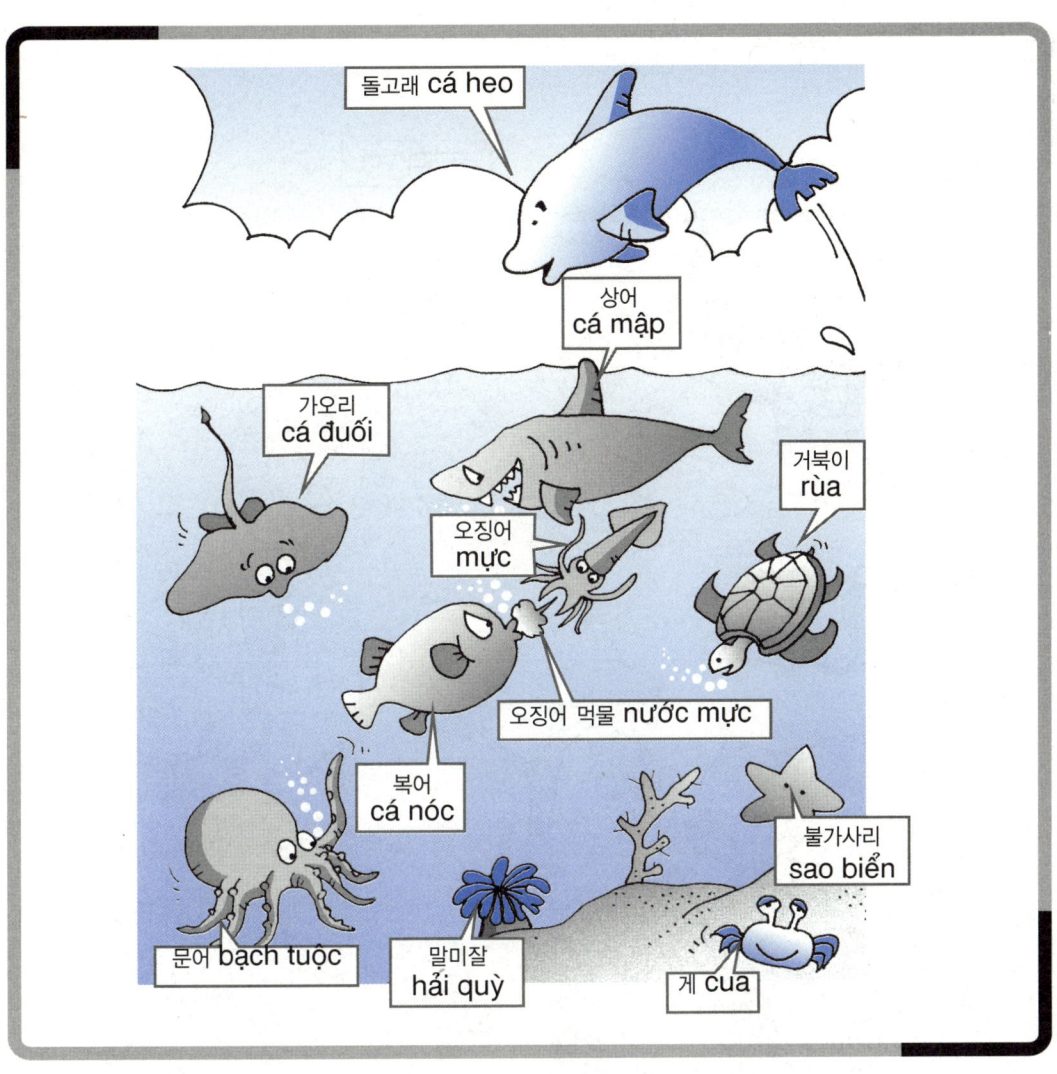

고래 cá voi	참치 cá ngừ	연어 cá hồi
고등어 cá thu	대구 cá tuyết	잉어 cá chép
가자미 cá bơn	멸치 cá cơm	송어 cá bông lau
정어리 cá xacđin(sardine)	장어 cá chình	명태 cá pollack
홍어 cá đuổi	금붕어 cá vàng	새우 tôm
로브스터/바닷가재 tôm hùm	굴 hàu	홍합 chem chép
꽃게 ghẹ	자라 ba ba	

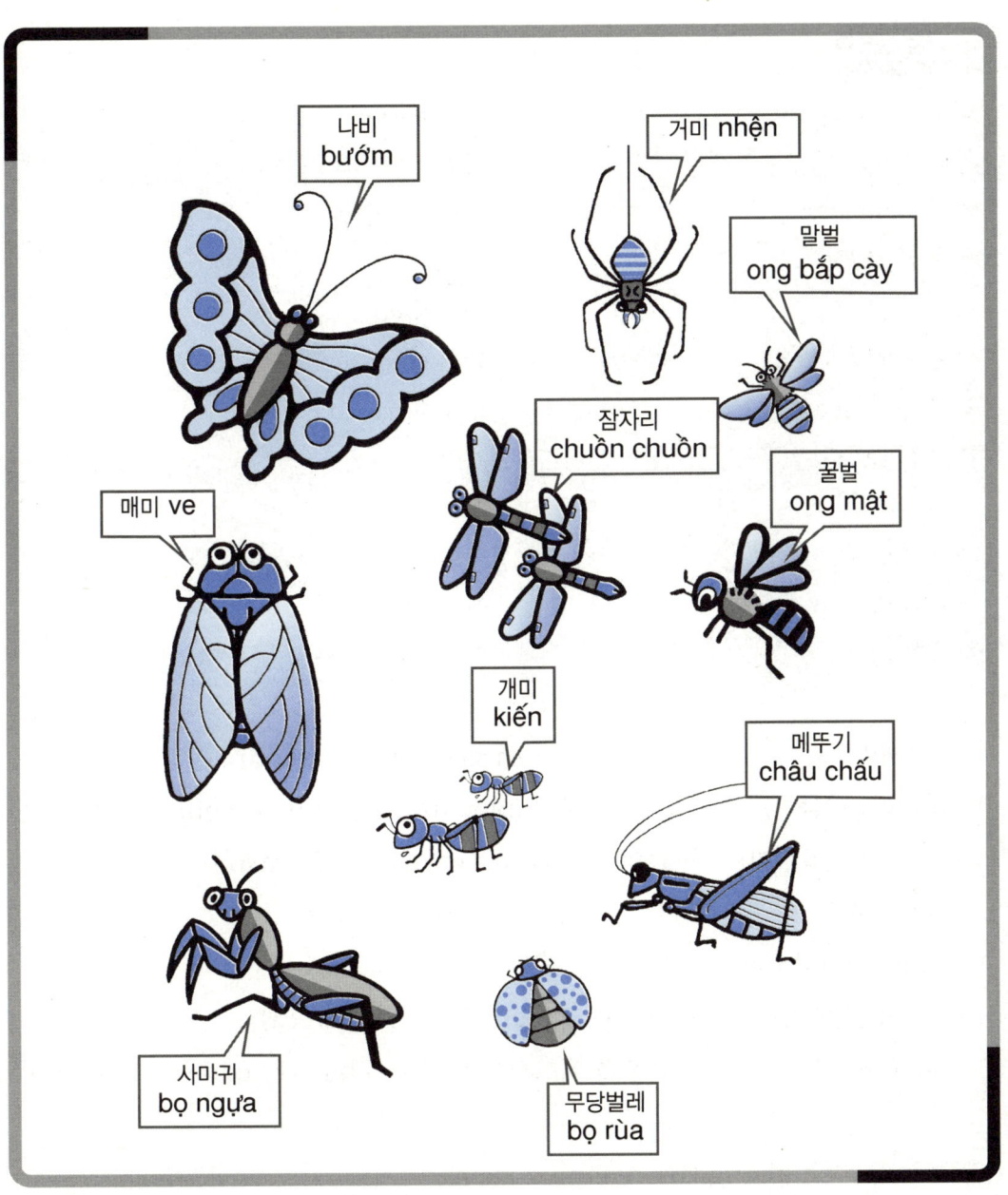

곤충 côn trùng	벌레 sâu bọ	고치 kén
애벌레 ấu trùng	누에 con tằm	번데기 con nhộng
모기 muỗi	파리 ruồi	하루살이 con phù du
반딧불 đom đóm	귀뚜라미 dế	바퀴벌레 dán
나방 bướm đêm, sâu bướm	풍뎅이 bọ hung	

조류

백조 thiên nga	거위 ngỗng
공작 công	펭귄 chim cánh cụt
키위 chim kiwi	타조 đà điểu
칠면조 gà lôi	닭 gà
학 hạc	따오기 cò
나이팅게일 sơn ca	참새 chim sẻ
꾀꼬리 vàng anh	갈매기 hải âu
까치 ác là	기러기 nhạn
제비 én	비둘기 bồ câu
까마귀 quạ	갈까마귀 quạ gáy xám
독수리 đại bàng	앵무새 vẹt
부엉이 cú	도도새 chim cưu

- én(제비)　　　　　- 봄의 메신저(sứ giả của mùa xuân)
- bồ câu(비둘기)　　- 평화의 상징 (biểu tượng của hoà bình)
- đại bàng(독수리)　- 힘의 상징(biểu tượng của sức mạnh)
- vẹt(앵무새)　　　- 말하는 새(loài chim biết nói)
- vàng anh(꾀꼬리)　- 노래하는 새(loài chim biết hát)
- hải âu(갈매기)　　- 바다의 새(loài chim của biển cả)
- quạ(까마귀)　　　- 불행을 예고하는 새 (loài chim dự báo sự bất hạnh)

- Một con én không làm nên mùa xuân.
  제비 한 마리가 왔다고 여름이 온 것은 아니다.

Luyện tập

Ⅰ. 다음 단어를 한국어로 말해 보세요.

(1) ngựa _____

(2) bò cái _____

(3) cừu _____

(4) lợn, heo _____

(5) thỏ _____

(6) cá mập _____

(7) cua _____

(8) cá hồi _____

(9) cá voi _____

(10) ếch _____

Ⅱ. 다음 단어를 베트남어로 말해 보세요.

(1) 송아지 _____

(2) 암탉 _____

(3) 달팽이 _____

(4) 거위 _____

(5) 쥐 _____

(6) 참치 _____

(7) 원숭이 _____

(8) 개미 _____

(9) 메뚜기 _____

(10) 앵무새 _____

32 식물(THỰC VẬT)

대나무 cây tre	보리수 cây bồ đề	수양버들 cây liễu
월계수 cây nguyệt quế	벚나무 cây anh đào	오동나무 cây ngô đồng
바니안나무 cây đa	포플러 cây bạch dương	맹그로브 cây đước
떡갈나무 cây sồi	전나무 cây linh sam	플라타너스 cây huyền linh
호두나무 cây óc chó	밤나무 cây (hạt) dẻ	자작나무 cây cáng lò, cây bulô
느릅나무 cây đu	가문비나무 cây vân sam	감나무 cây hồng
바오밥나무 cây baobab	잣나무 cây quả thông	낙엽송 cây thông rụng lá

 은방울꽃 hoa linh đan
 카네이션 hoa cẩm chướng
 국화 hoa cúc
 튤립 hoa uất kim hương
 민들레 hoa bồ công anh
 장미 hoa hồng
 수선화 hoa thuỷ tiên
 백합 hoa huệ tây
 해바라기 hoa hướng dương

개나리 hoa đầu xuân	진달래 cây khô, đỗ quyên	무궁화 mộc cận
나팔꽃 bìm bìm hoa tía	데이지 hoa cúc	동백꽃 hoa trà
목련 mộc liên	난초 lan	수국 tú cầu
제비꽃/오랑캐꽃 hoa tím	수련 hoa súng	코스모스 cúc vạn thọ tây
라일락 cây tử đinh hương	제라늄 cây phong lữ	양귀비 cây thuốc phiện
물망초 cỏ lưu ly	과꽃 hoa cúc Tàu	화분 꽃 hoa cảnh
분재 cây cảnh, bonsai	잔디 cỏ	

- Hoa nở khi xuân sang. (봄이 되면 꽃이 핀다.)
- Đâm chồi. (싹이 튼다.)
- Kết thành nụ hoa. (꽃봉오리를 맺는다.)
- Thân của thực vật đó mọc lên. (그 식물의 줄기가 올라온다.)
- Quả chín. (열매가 익는다.)
- Cây này rễ rất sâu. (이 나무는 뿌리가 매우 깊다.)

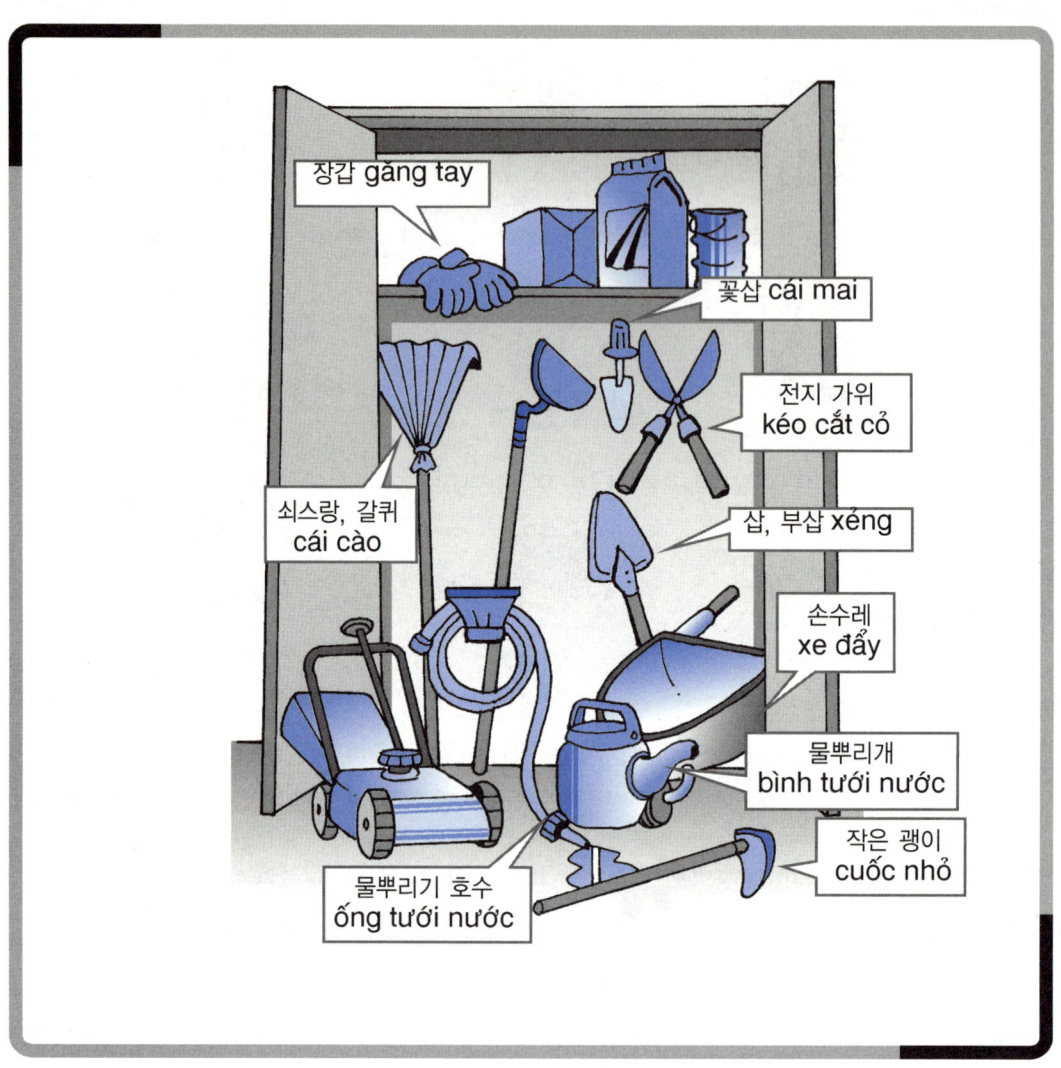

연장 đồ nghề	연장통 thùng đồ nghề	톱 cưa
가위 kéo	집게 cái kìm	드라이버 tua vít, chìa vít
대패 cái bào	송곳 cái giùi	망치 búa
못 đinh	줄자 thước dây	밧줄 dây thừng
낫 cái liềm	곡괭이 cuốc chim	빗자루 cây chổi
붓, 솔 cây cọ	소화기 bình chữa cháy	손전등 đèn pin
쓰레기통 thùng rác	쓰레받기 đồ hốt rác	파리채 cây đập ruồi
정원일 việc làm vườn	예취기 máy cắt cỏ	

 **꽃과 상징**

- hoa hồng(장미)　　　　－ 사랑의 상징(biểu tượng của tình yêu)
- hoa cúc(국화)　　　　　－ 애도의 꽃 (hoa ai điếu)
- hoa huệ tây(백합)　　　－ 순결의 상징(biểu tượng của sự thuần khiết)
- hoa linh đan(은방울꽃) － 행복의 상징(biểu tượng của hạnh phúc)

나무의 몸통 thân cây	줄기 thân
큰 나뭇가지 cành cây to	잔나뭇가지 / 곁가지 cành cây nhỏ
나뭇가지 cành cây, nhánh cây	나무껍질 vỏ cây
나뭇잎 lá cây	뿌리 rễ
나무의 아랫동아리 gốc cây	그루터기 gốc cây(sau khi đốn)
꽃다발 đoá hoa	꽃봉오리 nụ hoa
꽃잎 cánh hoa	화분 chậu hoa

Luyện tập

I. 다음 낱말을 한국말로 말해 보세요.

(1) cây _____　　(2) cây dừa _____
(3) lá cây _____　(4) rễ _____
(5) cây bồ đề _____　(6) cây tre _____
(7) bồ công anh _____　(8) mộc lan _____
(9) cây chổi _____　(10) đinh _____

II. 다음 낱말은 베트남어로 말해 보세요.

(1) 소나무 _____　(2) 낙엽 _____
(3) 버섯 _____　(4) 줄기 _____
(5) 백합 _____　(6) 국화 _____
(7) 연장 _____　(8) 망치 _____
(9) 드라이버 _____　(10) 가위 _____

33 채소 (RAU CỦ QUẢ)

감자 khoai tây	타로토란 khoai sọ, khoai môn
무 củ cải	빨간 양배추 bắp cải tía
배추 bắp cải	양배추 bắp cải tròn
브로콜리 bông cải xanh	꽃양배추 cải bông
상추 rau diếp	치커리 rau diếp xoăn
케일 cải xoăn	근대 rau quân đạt(chard)
샐러리 cần tây	미나리 rau cần
시금치 rau bina, bó xôi	부추 hẹ
대파 hành to, hành parô	실파 hành nhỏ, hành chỉ
아스파라거스 măng tây	애호박 bí non
동아 bí đau	수세미외 mướp
비터 멜론 khổ qua	호리병박 quả bầu
토마토 cà chua	방울토마토 cà chua bi
녹두 đậu xanh	팥 đậu đỏ
감은콩 đậu đen	완두콩 đậu Hà Lan
콩 / 대두 đậu nành	콩나물 giá

조미료 및 향신료

조미료 bột nêm	화학조미료 mì chính, bột ngọt
후추 tiêu	설탕 đường
소금 muối	굵은 소금 muối thô
깨 vừng, mè	로즈마리 cây hương thảo
마요라나 kinh giới	샐비어 hoa xô đỏ
겨자 mù tạc	계피 quế
박하 bạc hà	백리향 cỏ xạ hương
파슬리 rau mùi tây	회향풀 hồi hương
쑥 ngải	사프란 nghệ tây
생강 gừng	식초 giấm

견과류

땅콩 lạc, đậu phộng	아몬드 quả hạnh
헤이즐넛 quả phỉ	호두 quả óc chó
잣 hạt thông	코코넛 quả dừa
피스타치오 quả hồ trăn	해바라기 씨 hạt hướng dương

Luyện tập

I. 다음 낱말을 한국어로 말해 보세요.

(1) dưa chuột　_____

(2) tỏi　_____

(3) cà rốt　_____

(4) hành　_____

(5) củ cải　_____

(6) măng tây　_____

(7) quế　_____

(8) mù tạc　_____

(9) muối　_____

(10) quả óc chó　_____

II. 다음 낱말을 베트남어로 말해 보세요.

(1) 양파 _____　(2) 옥수수 _____

(3) 감자 _____　(4) 가지 _____

(5) 상추 _____　(6) 시금치 _____

(7) 생강 _____　(8) 후추 _____

(9) 설탕 _____　(10) 아몬드 _____

34 과일 (TRÁI CÂY)

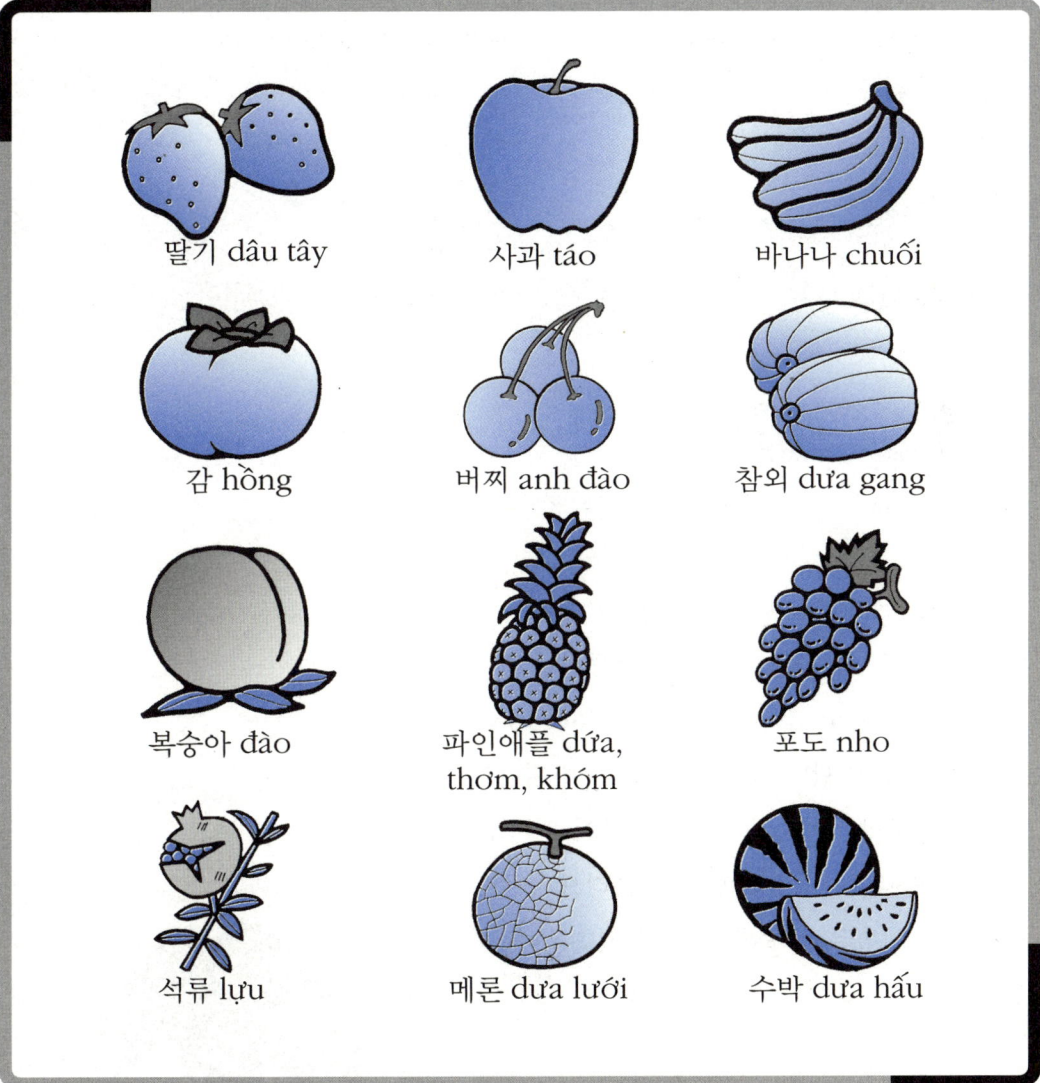

배 lê	자몽 bưởi
오렌지 cam	밀감 cam mật
귤 quýt	레몬 chanh
두리안 sầu riêng	잭푸르트 mít

망고 xoài	파파야 đu đủ
코코넛 dừa	망고스틴 măng cụt
커스터드 애플 na, mãng cầu	가시여지 mãng cầu xiêm, mãng cầu gai
구아바 ổi	암바렐라 cóc
사포딜라 hồng xiêm, sapôchê	龍菓/피타야 thanh long
카람볼라 khế	스타애플 vú sữa
무화과 sung	산딸기 quả mâm xôi
매실 mơ	오디 dâu tằm
자두 mận to	살구 mận
키위 quả kiwi	아보카도 quả bơ

과일과 과일나무

- táo(사과)   – cây táo(사과나무)
- lê(배)   – cây lê(배나무)
- hồng(감)   – cây hồng(감나무)
- đào(복숭아)   – cây đào(복숭아나무)
- bưởi(자몽)   – cây bưởi(자몽나무)
- anh đào(버찌)   – cây anh đào(버찌나무)
- sung(무화과)   – cây sung(무화과 나무)
- ôliu(올리브)   – cây ôliu(올리브나무)
- óc chó(호두)   – cây óc chó(호두나무)

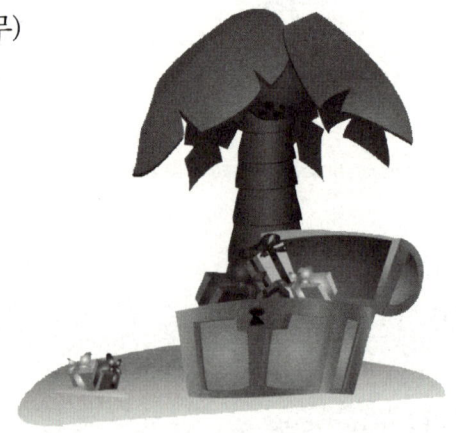

Luyện tập

I. 다음 낱말을 한국어로 말해 보세요.

　　(1) dâu tây　　　　　　_____

　　(2) táo　　　　　　　　_____

　　(3) đào　　　　　　　　_____

　　(4) dứa　　　　　　　　_____

　　(5) lê　　　　　　　　　_____

　　(6) dâu tằm　　　　　　_____

　　(7) mận　　　　　　　　_____

　　(8) hồng　　　　　　　_____

　　(9) chanh　　　　　　　_____

　　(10) dưa gang　　　　　_____

II. 다음 낱말을 베트남어로 말해 보세요.

　　(1) 바나나　　　　　　　_____

　　(2) 버찌　　　　　　　　_____

　　(3) 석류　　　　　　　　_____

　　(4) 수박　　　　　　　　_____

　　(5) 살구　　　　　　　　_____

　　(6) 자몽　　　　　　　　_____

　　(7) 두리안　　　　　　　_____

　　(8) 호두나무　　　　　　_____

　　(9) 포도　　　　　　　　_____

　　(10) 무화과　　　　　　　_____

35 자연과 자연 재해 (THIÊN NHIÊN VÀ TAI HOẠ THIÊN NHIÊN)

해안, 바닷가 bờ biển	해변 bãi biển	거친 바다 biển động
잔잔한 바다 biển lặng	파도 sóng biển	조수 thuỷ triều
바닷물/염수 nước biển, nước mặn	담수/민물 nước ngọt	밀물 nước lớn
썰물 nước ròng	부두 bến tàu	바위 đá tảng
강 sông	호수 hồ	시내 suối
석호 phá	늪 đầm	못 ao

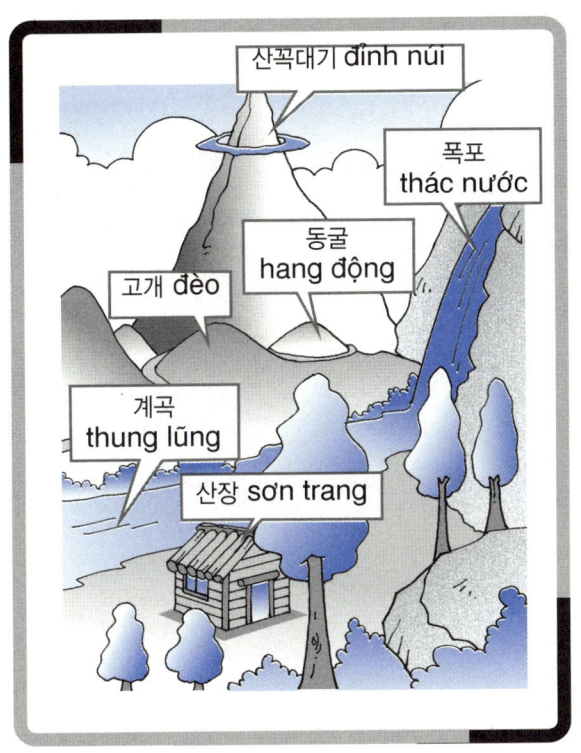

고도 độ cao
비탈길 đường dốc
급류 dòng chảy xiết
오두막 nhà tồi tàn
초가집 nhà tranh
평원 bình nguyên
초원 thảo nguyên
풀밭 đồng cỏ
언덕, 구릉 đồi

촌 thôn
촌락 thôn xóm
동네 xóm
지역 khu vực
시골 miền quê
산골 miền sơn cước
전원 điền viên
들 đồng nội

35. 자연과 자연 재해

자연재해

홍수 lũ lụt	가뭄 hạn hán
눈사태 lở tuyết	산사태 lở núi
활화산 núi lửa hoạt động	휴화산 núi lửa ngừng hoạt động
쓰나미/해일 sóng thần	지진 động đất
번개 tia chớp	벼락 sét
천둥 sấm	태풍 bão
폭풍 gió mạnh	폭풍우 mưa bão
회오리바람/토네이도 lốc xoáy	산불 cháy rừng

Luyện tập

I. 다음 낱말을 한국어로 말해 보세요.

(1) đá sỏi _____ (2) đá cuội _____

(3) đá tảng _____ (4) bến tàu _____

(5) biển _____ (6) sông _____

(7) nước ngọt _____ (8) hang động _____

(9) đồng bằng _____ (10) đường mòn _____

II. 다음 낱말을 베트남어로 말해 보세요.

(1) 절벽 _____ (2) 구명조끼 _____

(3) 모래 _____ (4) 해안 _____

(5) 거친 바다 _____ (6) 조수 _____

(7) 고개 _____ (8) 농가 _____

(9) 평원 _____ (10) 해일 _____

36 색깔 (MÀU SẮC) - I

빨간색 màu đỏ	노란색 màu vàng
파란색 màu xanh dương	초록색 màu xanh lá cây
녹색 màu lục	분홍색/핑크색 màu hồng
검정색 màu đen	하얀색 màu trắng
회색 màu xám	은색 màu bạc
갈색 màu nâu	보라색 màu tím
베이지색 màu be	크림색 màu kem
자주색 màu tía	주황색/오렌지색 màu cam
옥색 màu ngọc lam	청록색 màu lục lam
감색 màu xanh đen	하늘색 màu thiên thanh, màu xanh da trời
올리브색 màu ôliu	밤색 màu hạt dẻ
남색 màu chàm	연두색 màu mạ non

■ nhạt/sáng(옅은/밝은 -)

- màu vàng nhạt (옅은/밝은 노란색)
- màu đỏ nhạt (옅은/밝은 빨간색)
- màu lục nhạt (옅은/밝은 녹색)
- màu xanh nhạt (옅은/밝은 청색)
- màu nâu nhạt (옅은/밝은 갈색)
- màu tía nhạt (옅은/밝은 자주색)
- màu tím nhạt (옅은/밝은 보라색)
- màu hồng nhạt (옅은/밝은 분홍색)

■ sậm/thẫm(짙은/어두운 -)

- màu xanh dương sậm (짙은/어두운 파란색)
- màu xanh lá cây sậm (짙은/어두운 초록색)
- màu xám sậm (짙은/어두운 회색)
- màu đỏ sậm (짙은/어두운 빨간색)
- màu nâu sậm (짙은/어두운 갈색)
- màu tím sậm (짙은/어두운 보라색)
- màu hồng sậm (짙은/어두운 분홍색)
- màu cam sậm (짙은/어두운 오렌지색)

불그스름한 đo đỏ	푸르스름한 xanh xanh (xanh dương)
누르스름한 vàng vàng	초록빛이 도는 nhuốm xanh (xanh lá cây)
거무스름한 đen đen	희끄무레한 trăng trắng
원색의 màu gốc	흑백 đen trắng
단색의 một màu	다채로운 nhiều màu
밝은 sáng	진한 sậm
빛이 나는 ánh lên	무광택의 không bóng láng
투명한 trong suốt	불투명한 mờ, đục
아주 대조적인 rất trái ngược	약간 대조적인 hơi trái ngược
세로 줄무늬의 kiểu sọc dọc	가로 줄무늬의 kiểu sọc ngang
체크무늬의 kiểu kẻ ô, kiểu ca rô	점점 찍힌 lốm đốm, chấm chấm

Luyện tập

Ⅰ. 다음 낱말을 베트남어로 말해 보세요.

(1) 검은색 _____ (2) 빨간색 _____

(3) 하얀색 _____ (4) 초록색 _____

(5) 파란색 _____ (6) 갈색 _____

(7) 보라색 _____ (8) 노란색 _____

(9) 오렌지색 _____ (10) 핑크색 _____

Ⅱ. 다음 낱말을 베트남어로 말해 보세요.

(1) 푸르스름한 _____ (2) 초록빛이 도는 _____

(3) 원색의 _____ (4) 단색의 _____

(5) 불그스름한 _____ (6) 누르스름한 _____

(7) 청록색의 _____ (8) 희끄무레한 _____

(9) 다채로운 _____ (10) 불투명한 _____

37 색깔 (MÀU SẮC) – II

A : Cái đó màu gì? (그것은 무슨 색이냐?)
B : Cái này màu xanh dương. (이것은 파란색이다)

A : Tóc của cô ấy màu gì? (그녀의 머리카락은 무슨 색이냐?)
B : Tóc của cô ấy màu đen. (그녀의 머리카락은 검은색이다.)

A : Mắt của cô ấy màu gì? (그녀의 눈은 무슨 색이냐?)
B : Mắt của cô ấy màu xanh. (그녀의 눈은 파랗다.)

A : Sao mắt bạn đỏ vậy? (너 왜 눈이 그렇게 빨갛지?)
B : Mắt tôi đỏ vì làm máy vi tính cả ngày.
    (하루종일 컴퓨터 작업으로 내 눈은 빨갛다.)

■ màu đỏ(빨간색) – sự nhiệt tình(열정) / sức mạnh(힘)

- Sang giận nên đỏ mặt. (상은 화가 나서 얼굴이 붉어졌다.)
- Xuân dễ đỏ mặt nếu bối rối. (쑤언은 당황하면 쉽게 얼굴이 붉어진다.)
- Thuý uống một ly rượu cũng đỏ mặt.
  (튀는 와인을 한 잔만 마셔도 얼굴이 붉어진다.)
- Sắt nung đỏ đã được sử dụng. (새빨갛게 단 쇠가 사용되었다.)
- Công ti đó trước đây lãi nhưng bị lỗ lúc khủng hoảng kinh tế.
  (그 회사가 전에 흑자를 기록했으나, 경제위기 때 적자를 보았다.)
- Tập đoàn đó năm rồi lỗ kỉ lục 1 tỉ đô la.
  (그 그룹은 작년 10억 달러의 무역 적자를 기록했다.)

■ màu vàng(노란색) – niềm vui(즐거운) / hành động(행동)

- Chủng người da vàng (황색인종)
- Thời gian qua đi giấy đã ngả vàng. (시간이 지나 종이가 누렇게 변했다.)
- Messi sơn hộp bằng màu vàng. (메시는 상자를 노란색으로 칠하겠다.)
- Trọng tài rút thẻ vàng đối với cầu thủ đó.
  (심판이 그 선수에게 옐로우 카드를 보였다.)

■ màu xanh lá cây(초록색)–tự nhiên(자연)

- Vành đai xanh (녹지대)
- Cuộc cách mạng xanh (녹색 혁명)
- Tín hiệu xanh. (푸른 신호)
- Đi dã ngoại nơi có cây xanh.
  (푸른 나무들이 있는 야외로 간다.)

■ màu xanh dương(파란색)–평화(hoà bình)/trí tuệ(지혜)

- Màu xanh (của) hy vọng (희망의 파란색)
- Mắt của cô ấy màu xanh. (그녀의 눈은 파란색이다.)

■ màu trắng(흰색)–sự thuần tuý(순수)/chân lí(진리)

- Hoàng tử cưỡi bạch mã (백마를 타는 왕자.)
- Công chúa bạch tuyết và bảy chú lùn
  (백설공주와 일곱 난쟁이)
- Da của cô ấy trắng như tuyết. (그녀의 피부는 눈처럼 하얗다.)
- Gia Hân mặc áo cưới trắng.
  (자헌은 하얀 웨딩드레스를 입는다.)
- Kiên bỏ phiếu trắng. (끼엔은 백지 투표를 했다.)
- Mặt Phương trở nên trắng bệt.
  (프엉의 얼굴이 핏기가 하나도 없이 하얗게 되었다.)

■ màu đen(검정색)–nỗi buồn(슬픔)/sự chết chóc(죽음)

- Anh Tuấn mua cái đó ở chợ đen.
  (뚜언 씨는 그것을 암시장에서 샀다.)
- Tập đoàn Sunny năm rồi lãi kỉ lục 8 tỉ đô la.
  (서니 그룹이 작년 80억 달러의 무역 흑자를 기록했다.)
- Tóc của cô ấy màu đen. (그녀의 머리카락은 검은색이다.)

luyện tập

Ⅰ. 다음 말을 한국어로 말해 보세요.

(1) Cái đó màu gì?
___

(2) Tóc của cô ấy màu đen.
___

(3) Mắt của người đó màu xanh.
___

(4) Mặt bọn chúng trở nên trắng bệt.
___

(5) Anh ấy giận nên đỏ mặt.
___

Ⅱ. 다음 말을 베트남어로 말해 보세요.

(1) 그녀의 눈은 무슨 색이냐?
___

(2) 그 회사가 작년 흑자를 기록했다.
___

(3) 그녀의 머리카락은 무슨 색이냐?
___

(4) 그것은 파란색이다.
___

(5) 너 왜 눈이 그렇게 빨갛지?
___

38 성격, 특징 (TÍNH CÁCH, ĐẶC TRƯNG)

키가 큰 cao

키가 작은 lùn

날씬한 thon thả

살찐 béo, mập

유연한
mềm mại

뻣뻣한
cứng cáp

마른 gầy, ốm

포동포동한 tròn trịa

활동적인 năng động

얼굴 모양

둥근 bầu bĩnh, tròn   긴 dài   각진 góc cạnh
　　　　　　　　　　　타원형의 trái xoan   삼각형의 tam giác

신체 묘사

Anh ấy rất lùn. (그는 키가 아주 작다.)
　　　　lùn. (키가 작다.)
　　　　bình thường. (키가 보통이다.)
　　　　cao. (키가 크다.)
　　　　rất cao. (키가 아주 크다.)
　　　　vạm vỡ. (거구이다.)

Cô ấy gầy. (그녀는 말랐다.)
　　　　thon thả. (날씬하다.)
　　　　tròn trịa. (포동포동하다.)
　　　　béo / mập. (뚱뚱하다 / 살쪘다.)
　　　　béo phì. (비만이다.)

Luyện tập

Ⅰ. 다음 낱말을 한국어로 말해 보세요.

(1) thông minh _____

(2) kiên nhẫn _____

(3) ngốc _____

(4) nhiều chuyện _____

(5) ngoan cố _____

(6) béo _____

(7) gầy _____

(8) mềm mại _____

(9) góc cạnh _____

(10) trái xoan _____

Ⅱ. 다음 낱말을 베트남어로 말해 보세요.

(1) 끈기있는 _____

(2) 게으른 _____

(3) 과묵한 _____

(4) 포동포동한 _____

(5) 둥근 _____

(6) 각진 _____

(7) 날씬한 _____

(8) 유연한 _____

(9) 냉담한 _____

(10) 신중한 _____

39 수(SỐ) - I

 수 (số đếm)

0
không

1 một

2 hai

3 ba

4 bốn

5 năm

6 sáu

7 bảy

8 tám

9 chín

10 mười

11 mười một	21 hai mươi mốt
12 mười hai	22 hai mươi hai
13 mười ba	23 hai mươi ba
14 mười bốn	24 hai mươi bốn
15 mười lăm	25 hai mươi lăm
16 mười sáu	26 hai mươi sáu
17 mười bảy	27 hai mươi bảy
18 mười tám	28 hai mươi tám
19 mười chín	29 hai mươi chín
20 hai mươi	

30 ba mươi	31 ba mươi mốt
40 bốn mươi	41 bốn mươi mốt
50 năm mươi	51 năm mươi mốt
60 sáu mươi	61 sáu mươi mốt
70 bảy mươi	71 bảy mươi mốt
80 tám mươi	81 tám mươi mốt
90 chín mươi	91 chín mươi mốt
100 một trăm	102 một trăm linh/lẻ hai
1.000 một nghìn, một ngàn	1.001 một nghìn linh/lẻ một
10.000 mười nghìn	100.000 một trăm nghìn
1.000.000 một triệu	10.000.000 mười triệu
100.000.000 một trăm triệu	1.000.000.000 một tỉ
10.000.000.000 mười tỉ	100.000.000.000 một trăm tỉ
1.000.000.000.000 một nghìn tỉ	

■ 기수는 관형어 역할을 할 때 형태 변화가 없음.

một quyển sách 한 권의 책	ba chiếc xe 세 대의 자동차
hai bông hoa 두 송이의 꽃	bốn cái túi xách 네 개의 가방

- Tôi sống ở tầng 5. (나는 5층에 산다.)
- Đội tuyển Việt Nam bây giờ hạng 2. (베트남 대표팀이 이제 2등이다.)
- Ngày 1 tháng 5 là Ngày quốc tế lao động. (5월 1일은 노동절이다.)
- Ngày 30 tháng 4 là ngày thống nhất của Việt Nam.
  (4월 30일은 베트남 통일의 날이다.)
- Ngày Giỗ tổ Hùng Vương là mồng 10 tháng 3 âm lịch.
  (웅왕시조제사날은 음력 3월 10일이다.)
- Chủ tịch Hồ Chí Minh sinh ngày 19 tháng 5 năm 1890 tại Nghệ An.
  (호찌민 주석은 1890년 5월 19일 응에안에서 태어났다.)
- Sinh nhật của tôi là ngày 2 tháng 10. (나의 생일은 10월 2일이다.)

서수 (số thứ tự)

thứ nhất	1번째	thứ mười một	11번째
thứ hai	2번째	thứ hai mươi	20번째
thứ ba	3번째	thứ ba mươi	30번째
thứ tư	4번째	thứ bốn mươi	40번째
thứ năm	5번째	thứ năm mươi	50번째
thứ sáu	6번째	thứ sáu mươi	60번째
thứ bảy	7번째	thứ bảy mươi	70번째
thứ tám	8번째	thứ tám mươi	80번째
thứ chín	9번째	thứ chín mươi	90번째
thứ mười	10번째	thứ một trăm	100번째

A : Ai đến nhất vậy? (누가 첫 번째로 도착했습니까?)

B : Sunny đến nhất. (서니 씨가 첫 번째로 도착했습니다.)

- Bạn đến muộn lần thứ ba rồi nhé. (네가 늦게 온 것이 벌써 세 번째이다.)
- Vẫn còn trống chỗ ở dãy thứ năm. (다섯 번째 줄에 아직 자리가 비어 있다.)
- Thuý sinh con thứ hai. (튀 씨는 두번째 아기를 낳았다.)
- Hãy đọc dòng thứ bảy từ dưới lên. (밑에서부터 7번째 줄을 읽으세요.)
- Hãy cùng chúc mừng việc khai trương cửa hàng thứ năm mươi.
  (50번째 개점을 함께 축하해 주십시오.)

Luyện tập

I. 다음 낱말을 베트남어로 말해 보세요.

(1) 기수　　　_____

(2) 서수　　　_____

(3) 55　　　_____

(4) 31　　　_____

(5) 십만　　　_____

(6) 천만　　　_____

(7) 7번째　　　_____

(8) 11번째　　　_____

(9) 30번째　　　_____

(10) 백번째　　　_____

II. 다음 문장을 베트남어로 말해 보세요.

(1) 나는 5층에 산다.

_____

(2) 내 생일은 10월 2일이다.

_____

(3) 6번째 줄에 아직 자리가 비어있습니다.

_____

(4) 4월 30일은 베트남 통일의 날이다.

_____

(5) 네가 늦게 온 것이 벌써 2번째이다.

_____

40 수(SỐ) – Ⅱ

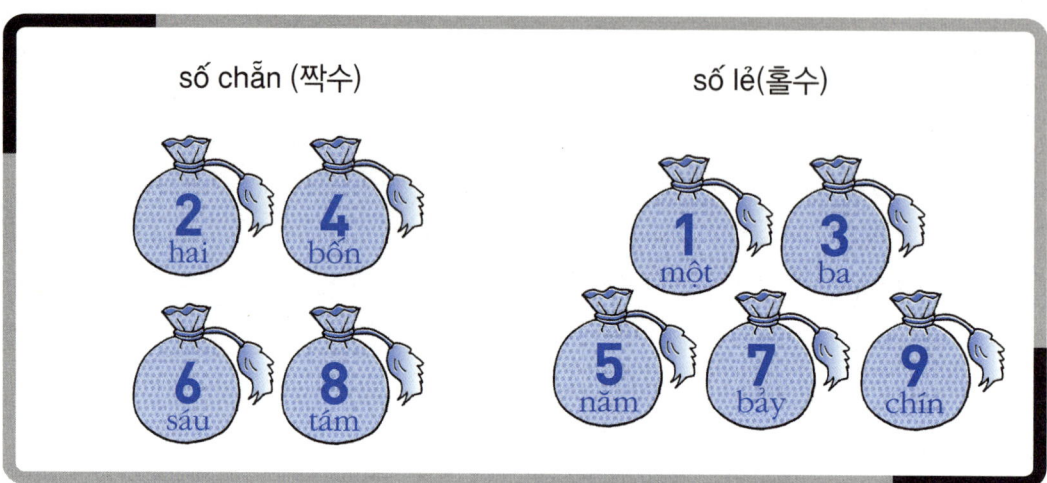

분수(phân số)

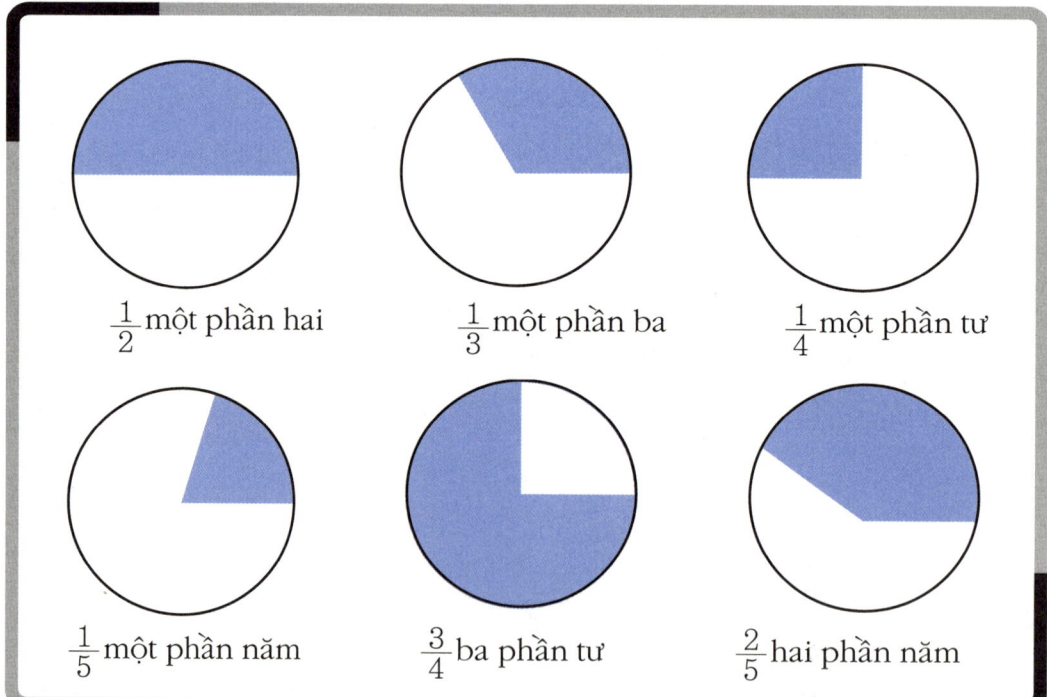

사칙연산(diễn giải bốn phép tính)

- cộng(더하기) : 3＋6＝9 (ba cộng sáu bằng chín)
- trừ(빼기) : 10－6＝4 (mười trừ sáu bằng bốn)
- nhân(곱하기) : 5×6＝30 (năm nhân sáu bằng ba mươi)
- chia(나누기) : 24÷2＝12 (hai mươi bốn chia hai bằng mười hai)

백분율 tỉ lệ phần trăm	10% mười phần trăm
어림수 số ước chừng	정확한 수 số chính xác
2배 gấp đôi	3배 gấp ba, gấp ba lần
4배 gấp bốn, gấp bốn lần	5배 gấp năm, gấp năm lần
1000m² một nghìn mét vuông	5m³ năm mét khối

 수와 관련된 표현

- Đệ nhất phu nhân (제일 부인)
- Bằng vỏn vẹn một lời (한 마디로)
- Một là một (명확하게, 분명히)
- Nghìn trùng xa cách (아주 멀리 떨어져 있다)
- Nó làm việc gấp đôi người khác. (그는 두 사람 몫을 일한다.)
- Nhân vô thập toàn (人無十全)
- Nhân sinh thất thập cổ lai hy (人生七十古來希)
- Vạn sự khởi đầu nan. (무슨 일이든지 시작하기가 어렵다.)
- Thương nhau chín bỏ làm mười. (서로 사랑하면 9는 10과 같다.)
- Biết một mà không biết hai. (1은 아는데 2는 알지 못한다.)

계산서 (bảng tính) 작성하기

부가가치세 thuế gia trị gia tăng	수입세 thuế thu thập
수입세 thuế nhập	수출세 thuế xuất
과세 đánh thuế	면세 miễn thuế
감세 giảm thuế	상품코드 mã sản phẩm
수량 số lượng	금액 số tiền
단가 đơn giá	원가 giá gốc, giá thành
정가 giá nhất định	시가 thời giá
세금포함 가격 giá bao gồm thuế	세금 포함하지 않은 가격 giá chưa bao gồm thuế
지불 chi	지불총액 tổng chi
수입 thu	수입총액 tổng thu

luyện tập

Ⅰ. 다음 낱말을 베트남어로 말해 보세요.

(1) 짝수 _____

(2) 홀수 _____

(3) 분수 _____

(4) 더하기 _____

(5) 곱하기 _____

(6) 빼기 _____

(7) 나누기 _____

(8) 시가 _____

(9) 면세 _____

(10) 단가 _____

Ⅱ. 다음 문장을 베트남어로 말해 보세요.

(1) 8 더하기 7은 15이다.

_____

(2) 9 빼기 4는 5이다.

_____

(3) 4 곱하기 5는 20이다.

_____

(4) 10 나누기 2는 5이다.

_____

(5) 그는 두 사람 몫을 일한다.

_____

41 방향(PHƯƠNG HƯỚNG)

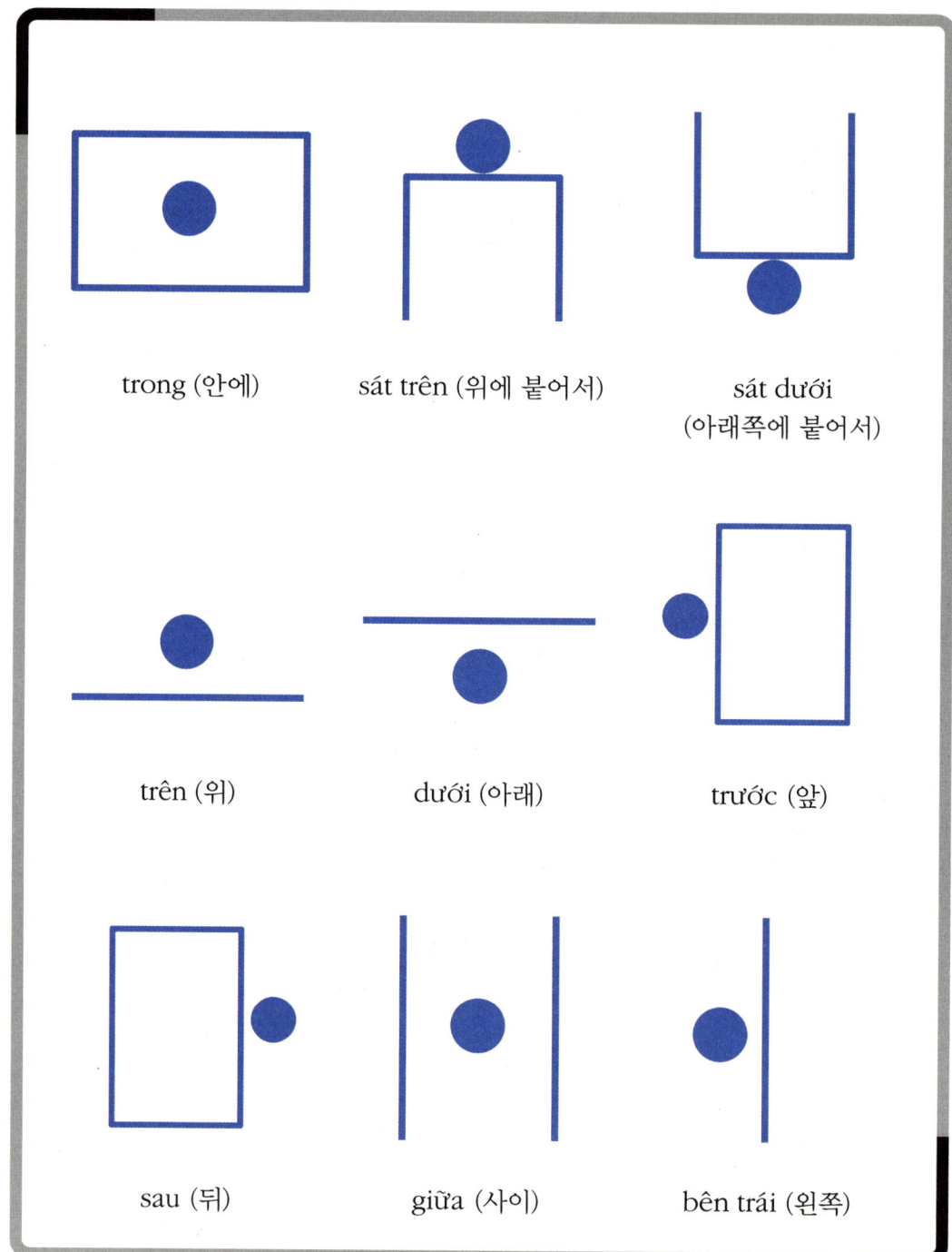

trong (안에)　　sát trên (위에 붙어서)　　sát dưới (아래쪽에 붙어서)

trên (위)　　dưới (아래)　　trước (앞)

sau (뒤)　　giữa (사이)　　bên trái (왼쪽)

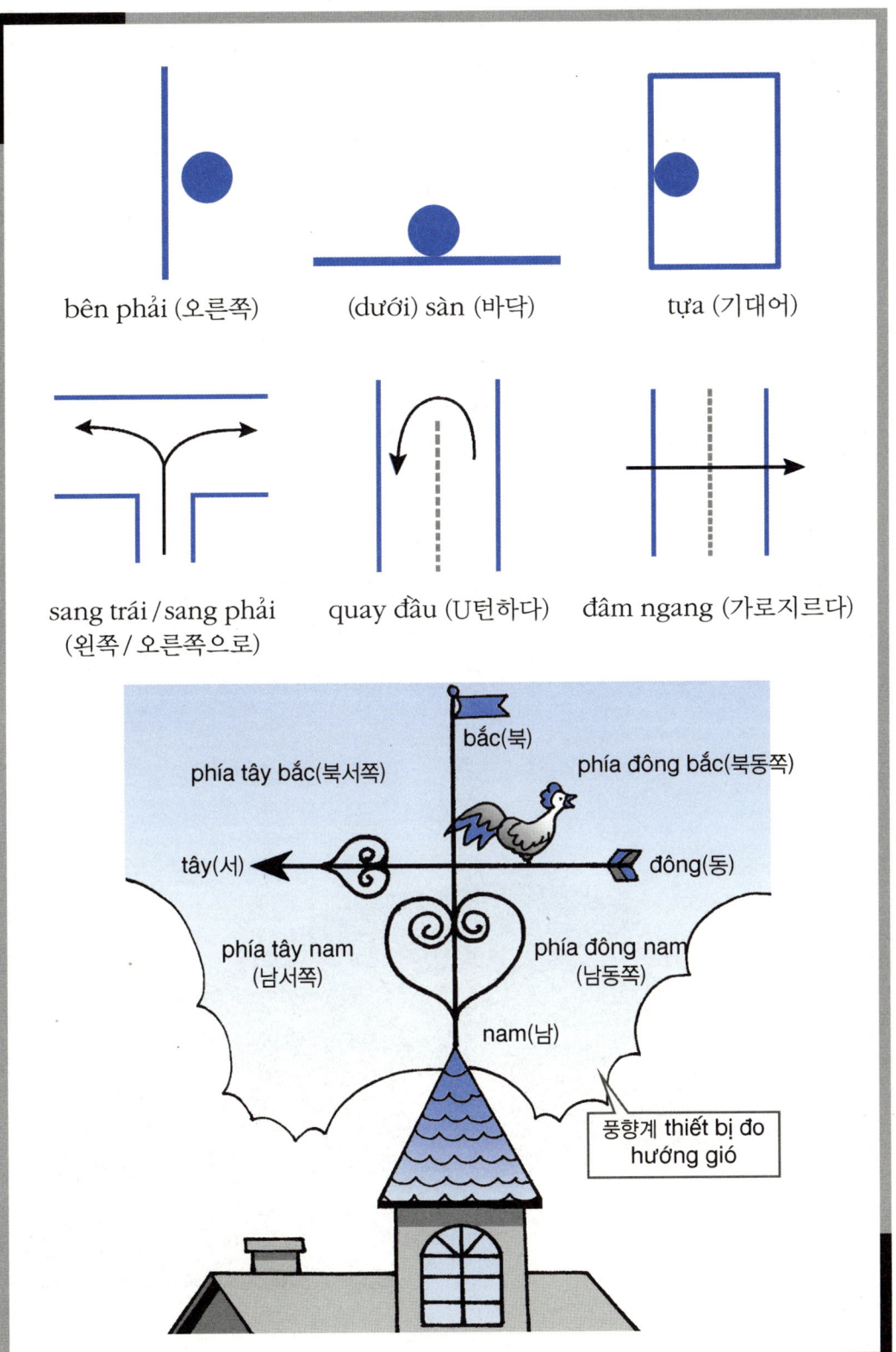

A : Bút bi ở đâu? (볼펜이 어디에 있니?)
B : Ở trên bàn. (책상 위에 있어.)

A : Xe ở sau bưu điện nhỉ? (차가 우체국 뒤에 있지요?)
B : Không, ở trước bưu điện. (아뇨, 우체국 앞에 있어요.)

A : Bảo tàng ở đâu? (박물관이 어디에 있습니까?)
B : Ở giữa bảo tàng mĩ thuật và trung tâm triển lãm.
    (미술관과 전시장 사이에 있습니다.)

A : Rẽ trái hay rẽ phải? (왼쪽에 가나요, 아니면 오른쪽에 가나요?)
B : Không, hãy đi thẳng. (아니요, 똑바로 가세요.)

똑바로 가다 đi thẳng	후진하다 lùi lại
오른쪽에 가다 rẽ trái	오른쪽에 가다 rẽ phải
U턴하다 quay đầu	건너다 băng qua

Luyện tập

Ⅰ. 다음 낱말을 베트남어로 말해 보세요.

(1) 안 _____

(2) 위 _____

(3) 앞 _____

(4) 뒤 _____

(5) 왼쪽 _____

(6) 오른쪽 _____

(7) 가로지르다 _____

(8) U턴하다 _____

(9) 남서쪽 _____

(10) 북동쪽 _____

Ⅱ. 다음 문장을 베트남어로 말해 보세요.

(1) 택시가 어디에 있니?
_____

(2) 내 자동차는 박물관 뒤에 있어.
_____

(3) 볼펜이 책상 위에 있습니다.
_____

(4) 왼쪽으로 가세요.
_____

(5) 똑바로 가세요.
_____

42 통행(LƯU THÔNG)

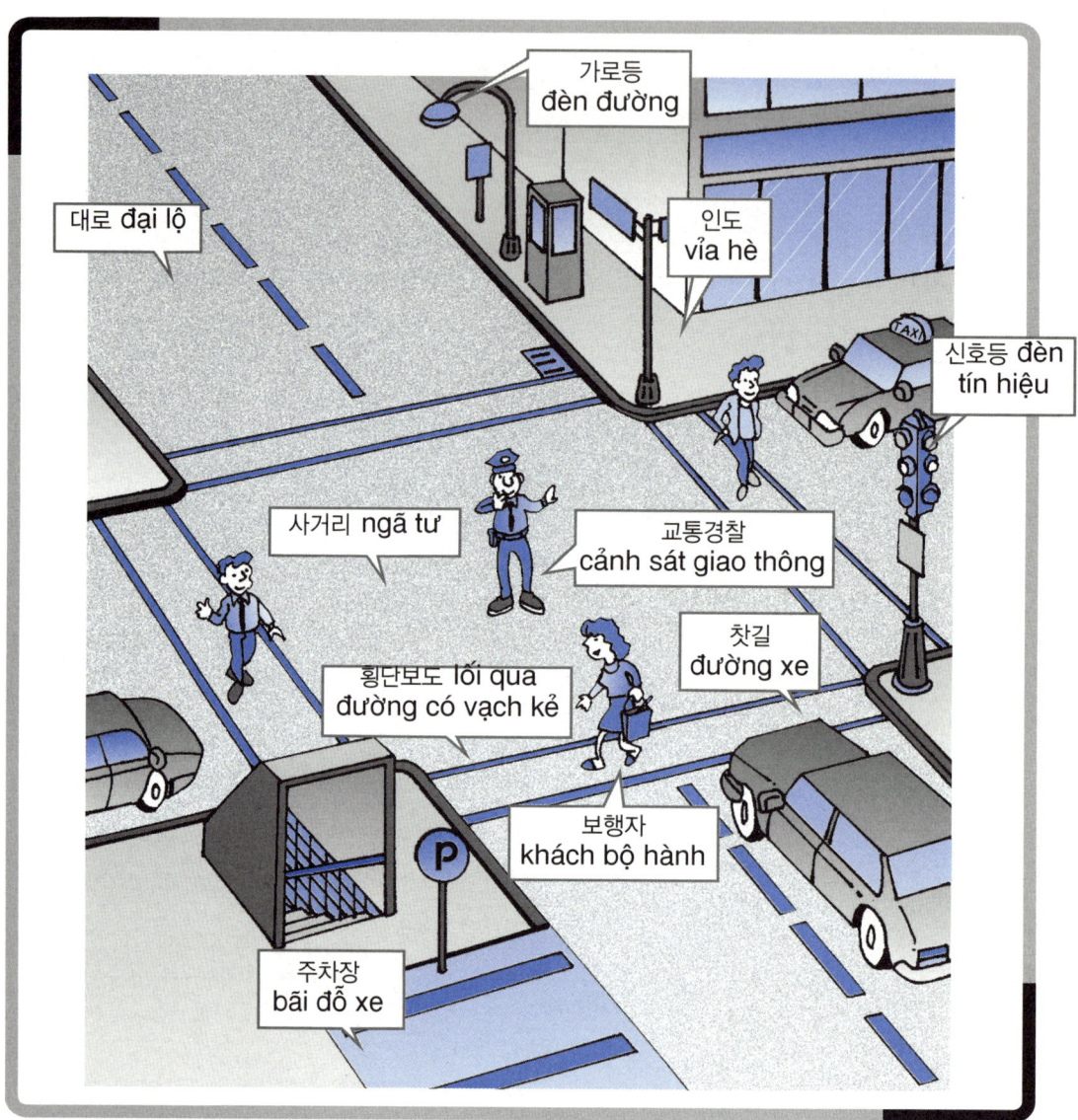

지하철역 입구 lối vào ga xe điện ngầm	주차요금 미터기 đồng hồ tính cước đỗ xe
무료의 miễn phí	유료의 có phí
지하 주차장 bãi đỗ xe dưới đất	오토바이 주차장 bãi giữ xe máy
보도 위를 걷다 bước trên vỉa hè	차도를 건너다 băng qua đường xe

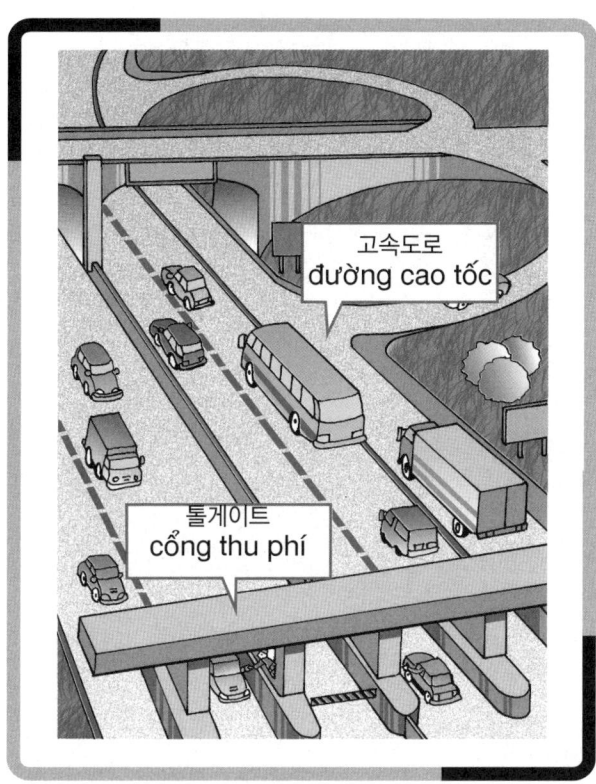

터널	đường hầm
고속도로	đường cao tốc
내리는 길	đường xuống
나가는 길	đường ra
중앙선	vạch giữa đường
커브	cua
급커브	cua gấp
승용차	xe con
택시	taxi
버스	xe buýt
트럭	xe tải
컨테이너 트럭	xe container
추월(하다)	qua mặt, vượt mặt
추월 금지 구역	khu vực cấm qua mặt

속도제한 hạn chế tốc độ	최대속도 tốc độ tối đa
국도 quốc lộ	육교 cầu vượt
커브돌기 rẽ cua, quẹo cua	공사 중 đang thi công
일방통행 lưu thông một chiều	통행금지 cấm lưu thông
유턴금지 cấm quay đầu	주차금지 cấm đỗ xe
미끄러운 도로 đường trơn trượt	좁아지는 길 đường hẹp dần, đường cổ chai
전조등을 켜시오 Hãy mở đèn pha	속도를 늦추시오 Hãy giảm tốc độ
원형 교차로 giao lộ hình tròn	자전거 도로 đường xe đạp
오토바이 도로 đường xe máy	로터리 vòng xoay, bùng binh
교통체증 sự đình trệ giao thông	혼잡한 시간 giờ cao điểm

삼거리 ngã ba	오거리 ngã năm	육거리 ngã sáu
칠거리 ngã bảy	벌금 tiền phạt	차고 nhà xe
우회로 đường vòng	자갈길 đường đá sỏi	교차로 giao lộ
거리 đường	주의 chú ý	위험 nguy hiểm

luyện tập

I. 다음 단어를 베트남어로 말해 보세요.

(1) 인도　　　　　　　＿＿＿＿＿＿＿＿

(2) 교통경찰　　　　　＿＿＿＿＿＿＿＿

(3) 사거리　　　　　　＿＿＿＿＿＿＿＿

(4) 주차요금 미터기　＿＿＿＿＿＿＿＿

(5) 추월하다　　　　　＿＿＿＿＿＿＿＿

(6) 통행금지　　　　　＿＿＿＿＿＿＿＿

(7) 공사 중　　　　　＿＿＿＿＿＿＿＿

(8) 교통체증　　　　　＿＿＿＿＿＿＿＿

(9) 속도제한　　　　　＿＿＿＿＿＿＿＿

(10) 주차금지　　　　＿＿＿＿＿＿＿＿

II. 다음 낱말을 한국어로 말해보세요.

(1) đèn đường　　　　　　　＿＿＿＿＿＿＿＿

(2) đèn tín hiệu　　　　　　＿＿＿＿＿＿＿＿

(3) đường xe　　　　　　　＿＿＿＿＿＿＿＿

(4) bãi đỗ xe　　　　　　　＿＿＿＿＿＿＿＿

(5) cổng thu phí　　　　　　＿＿＿＿＿＿＿＿

(6) băng qua đường xe　　　＿＿＿＿＿＿＿＿

(7) nhà xe　　　　　　　　＿＿＿＿＿＿＿＿

(8) lưu thông một chiều　　＿＿＿＿＿＿＿＿

(9) đường vòng　　　　　　＿＿＿＿＿＿＿＿

(10) lối qua đường có vạch kẻ　＿＿＿＿＿＿＿＿

43 공연 (BIỂU DIỄN)

극장 nhà hát, rạp hát	오페라극장 nhà hát opera
야외극장 nhà hát ngoài trời	영화관 rạp chiếu phim
무대장치 trang trí sân khấu	와이드 스크린 màn ảnh rộng
칸막이 좌석 chỗ ngồi có vách ngăn	맨 꼭대기 좌석 chỗ ngồi trên cùng
보조 접이의자 ghế xếp bổ sung	좌석의 열 hàng ghế
포스터 poster, áp phích	현수막 biểu ngữ
연출가, 영화감독 đạo diễn	스타 ngôi sao

남배우 diễn viên nam	여배우 diễn viên nữ
주역 vai chính	조역 vai phụ
주연 diễn chính	조연 diễn phụ
관객 khán giả	영화 애호가 người yêu phim
오페라 안경 ống nhòm(xem opera)	필름 phim
연주회/콘서트 buổi hoà nhạc	연극 kịch nói
뮤지컬 nhạc kịch	음악회 buổi ca nhạc
상영 trình chiếu	막간 thời gian tạm nghỉ
휴관일 ngày nghỉ (rạp hát)	휴관하다 nghỉ (rạp hát)
옷 맡기는 곳 nơi gửi quần áo	의상 y phục
매표소 nơi bán vé	리허설 diễn tập, thao diễn
좌석 예약 đặt chỗ	입장권 예매 mua vé trước
더빙 lồng tiếng	베트남어 더빙 lồng tiếng Việt
베트남어 자막이 있는 원어판 bản gốc có phụ đề tiếng Việt	
한국어 자막이 없는 원어판 bản gốc không có phụ đề tiếng Hàn	

luyện tập

I. 다음 단어를 한국어로 말해 보세요.

(1) chiếu sáng　　　　　_____

(2) chỗ ngồi　　　　　　_____

(3) rạp chiếu phim　　　_____

(4) khán giả　　　　　　_____

(5) nơi bán vé　　　　　_____

(6) ghế xếp bổ sung　　_____

(7) trang trí sân khấu　_____

(8) trình chiếu　　　　　_____

(9) ngày nghỉ (rạp hát)　_____

(10) diễn tập, thao diễn　_____

II. 다음 낱말을 베트남어로 말해 보세요.

(1) 막　　　　　　　　_____

(2) 지휘자　　　　　　_____

(3) 연주회/콘서트　　_____

(4) 스타　　　　　　　_____

(5) 주연　　　　　　　_____

(6) 필름　　　　　　　_____

(7) 의상　　　　　　　_____

(8) 영화 애호가　　　_____

(9) 더빙　　　　　　　_____

(10) 자막있는 원어판　_____

44 책 (SÁCH)

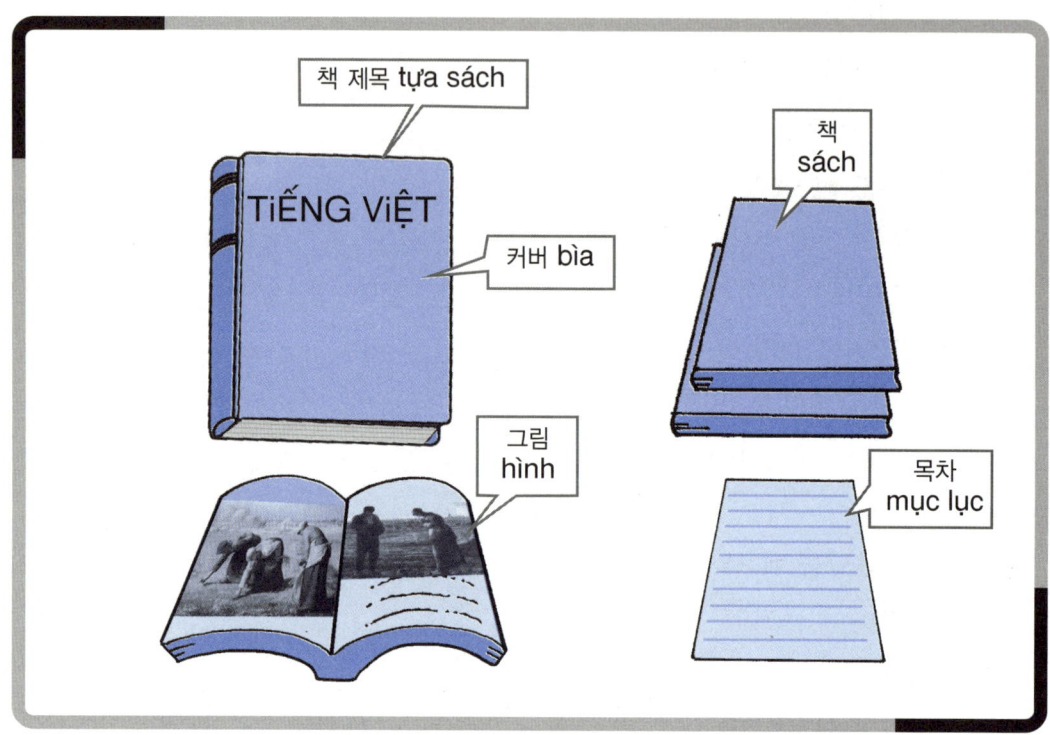

겉표지 bìa ngoài	속표지 bìa trong
(책의) 장 chương (sách)	단락 đoạn
페이지 trang	장 tờ, tấm
권 quyển, cuốn	종잇장 tờ giấy
목차 mục lục	(저서의) 헌사 lời đề tặng (sách)
전자 신문 báo điện tử	인터넷 신문 báo internet
관보 công báo, báo chính phủ	일간지 nhật náo
주간지 tuần san	월간지 nguyệt san
잡지 tạp chí	축구 잡지 tạp chí bóng đá
영화 잡지 tạp chí điện ảnh	패션 잡지 tạp chí thời trang
사진 잡지 báo ảnh	어린이 잡지 tạp chí thiếu nhi
학술지 tạp chí học thuật	학술회의 논문집 kỉ yếu hội thảo

요리책 sách dạy nấu ăn	여행안내서 sách hướng dẫn du lịch
지리책 sách địa lí	역사책 sách lịch sử
동화책 sách đồng thoại	만화책 sách truyện tranh
교과서 sách giáo khoa	성경 kinh thánh
시집 tập thơ	노래집 tập bài hát
명언집 tập danh ngôn	수필집 tập tuỳ bút
참고서 sách tham khảo	호찌민전집 Hồ Chí Minh toàn tập
위인전 truyện vĩ nhân	자서전 tự truyện
소설(책) (sách) tiểu thuyết	탐정소설 tiểu thuyết trinh thám
공상과학소설 tiểu thuyết khoa học viễn tưởng	대하소설 thiên anh hùng ca
단편소설 truyện ngắn	장편소설 truyện dài
가죽 장정본 sách đóng bìa da	절판본 sách hết xuất bản
간행물 ấn phẩm	정기 간행물 ấn phẩm định kì
출판사 nhà xuất bản	정기 구독하다 mua đọc định kì
사전 từ điển	백과사전 từ điển bách khoa
논문 luận văn	에세이 bài luận
도서관 thư viện	서점 tiệm sách
헌책방, 고서점 tiệm sách cũ	(중고 책) 고본장수 người bán sách cũ

Luyện tập

Ⅰ. 다음 단어를 한국말로 말해 보세요.

　　(1) bìa　　　　　　　　_____
　　(2) trang　　　　　　　 _____
　　(3) nguyệt san　　　　　_____
　　(4) nhật báo　　　　　　_____
　　(5) sách dạy nấu ăn　　 _____
　　(6) tập thơ　　　　　　 _____
　　(7) sách đồng thoại　　 _____
　　(8) tiệm sách　　　　　 _____
　　(9) thư viện　　　　　　_____
　　(10) tạp chí　　　　　　_____

Ⅱ. 다음 낱말을 베트남어로 말해 보세요.

　　(1) 책 제목　　　_____
　　(2) 목차　　　　 _____
　　(3) 주간지　　　 _____
　　(4) 헌책방　　　 _____
　　(5) 고본장수　　 _____
　　(6) 자서전　　　 _____
　　(7) 대하소설　　 _____
　　(8) 만화책　　　 _____
　　(9) 여행안내서　 _____
　　(10) 단편소설　　_____

45 식사 (ĂN UỐNG)

 하루의 식사

ăn sáng	–	ăn trưa	–	ăn giữa buổi	–	ăn tối
(아침식사)		(점심식사)		(간식)		(저녁식사)

 식사 순서

rượu khai vị – món khai vị – súp – món chính
식전 술　　　 전채요리　　　 수프　　 주요리

món phụ – món tráng miệng
곁들인 요리/반찬　 후식

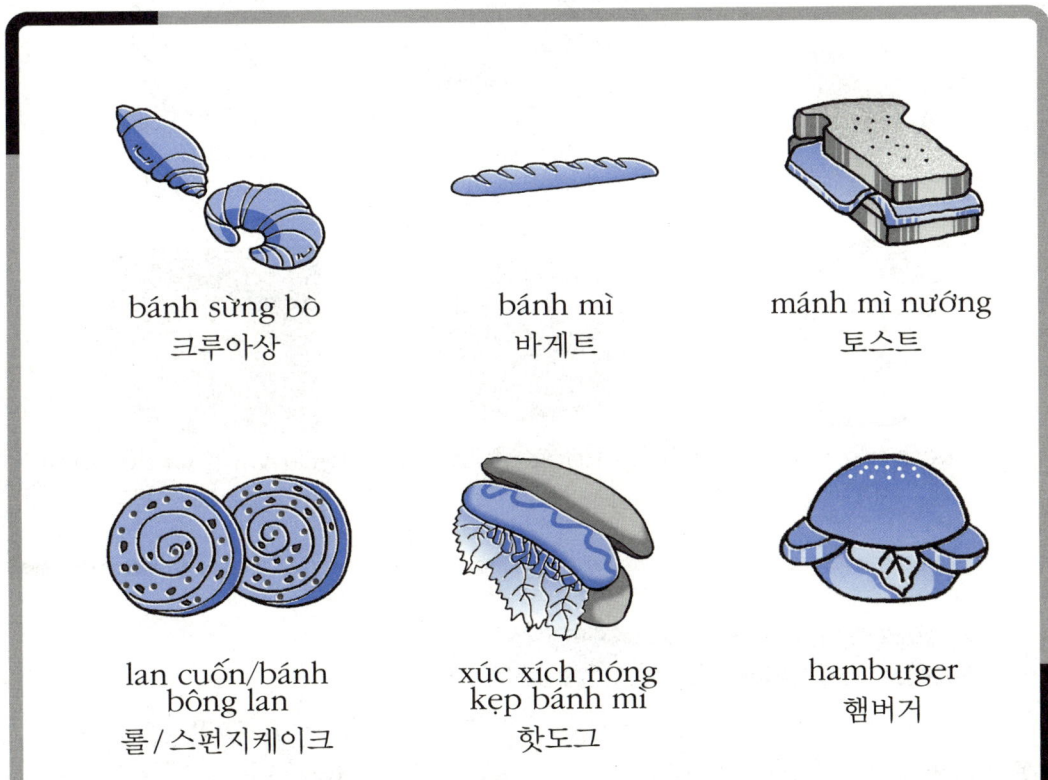

bánh sừng bò　　　bánh mì　　　mánh mì nướng
크루아상　　　　　바게트　　　　토스트

lan cuốn/bánh　　xúc xích nóng　　hamburger
bông lan　　　　kẹp bánh mì　　　햄버거
롤/스펀지케이크　　핫도그

45. 식사　193

cơm chiên hải sản
해물볶음밥

trứng gà luộc
삶은 달걀

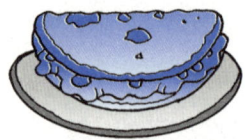
trứng ốp la
오믈렛

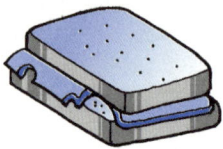
bánh mì phó mát
치즈빵

bánh mì kẹp thịt
샌드위치

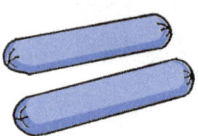
xúc xích
소시지

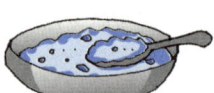
súp
수프

món ốc
달팽이 요리

kem
아이스크림

kem trái cây
셔벳

bánh nướng nhân ngọt
파이

rượu vang và đồ nhắm
와인과 안주

포도주(rượu vang) / 샴페인(sâm banh)

적포도주 rượu vang đỏ	백포도주 rượu vang trắng
로즈와인 rượu vang hồng	샴페인 sâm banh

기타 음식

há cảo
새우 만두

bánh đa xúc hến
맵게 볶은
베이비 클램과 쌀종이

bánh kẹp
와플

bánh flan
플랜

cocktail trái cây
과일 칵테일

bánh đậu xanh
녹도 케이크

heo sữa quay
구운 새끼돼지요리

tôm hấp bia
맥주로 찐 새우

thịt chiên
고기튀김

chem chép nướng
구운 홍합

chè đậu
맛이 단 콩요리

bánh cam
(녹도가 속에 들어있는)
떡 튀김

베트남요리 món ăn Việt Nam	한국요리 món ăn Hàn Quốc
중화요리 món ăn Trung Hoa	일본요리 món ăn Nhật Bản
인도요리 món ăn Ấn Độ	프랑스요리 món ăn Pháp
이탈리아요리 món ăn Ý	일품요리 món ăn hảo hạng
세트메뉴 set menu	오늘의 요리 món ăn hôm nay
고기 thịt	쇠고기 thịt bò
돼지고기 thịt lợn, thịt heo	양고기 thịt cừu
닭고기 thịt gà	오리고기 thịt vịt
해산물 hải sản	해물요리 món hải sản
해물탕 lẩu hải sản	수산물 thuỷ sản
생선 cá	새우 tôm
게 cua	꽃게 ghẹ
굴 hàu	오징어 mực
낙지 bạch tuột(nhỏ)	쭈꾸미 bạch tuột con
갈비구이 sườn nướng	갈비구이 밥 cơm sườn
팬케이크 bánh xèo	삶은 고기 thịt luộc
스프링 롤 chả giò, nem rán	월남쌈 gỏi cuốn
쌀국수 phở	매운 소고기 국수 bún bò Huế
(속에 고기가 들어있는) 만두 bánh bao	야채샐러드 rau trộn
밥 cơm	빵 bánh mì
피자 pizza	스파게티 spaghetti
치즈 phó mát, phô mai	요구르트 sữa chua

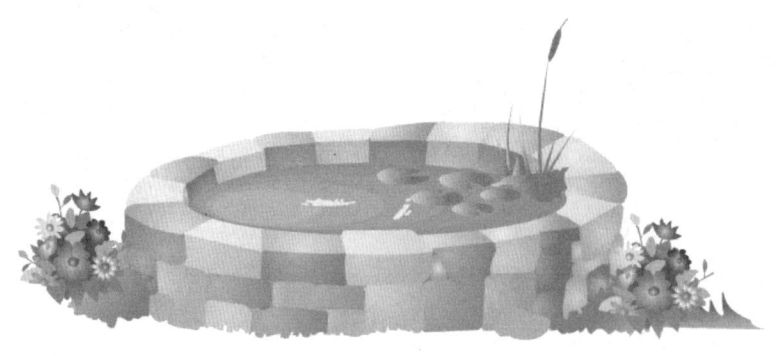

Luyện tập

Ⅰ. 다음 단어를 한국말로 말해 보세요.

(1) ăn sáng　　　　_____

(2) rượu khai vị　　_____

(3) món chính　　　_____

(4) món phụ　　　　_____

(5) phở　　　　　　_____

(6) cơm sườn　　　　_____

(7) sâm banh　　　　_____

(8) phó mát　　　　_____

(9) thịt bò　　　　　_____

(10) thịt lợn　　　　_____

Ⅱ. 다음 낱말을 베트남어로 말해 보세요.

(1) 간식　　　　　　_____

(2) 월남쌈　　　　　_____

(3) 밥　　　　　　　_____

(4) 빵　　　　　　　_____

(5) 소시지　　　　　_____

(6) 아이스크림　　　_____

(7) 고기 thịt　　　　_____

(8) 오늘의 요리　　　_____

(9) 해물요리　　　　_____

(10) 베트남요리　　　_____

46 식당 (TIỆM ĂN)

레스토랑
nhà hàng

맥줏집
tiệm bia

식당
quán ăn

카페
tiệm cà phê

찻집
tiệm trà

바
quán bar

주점
tửu quán

담배 가게
tiệm thuốc lá

구내식당
căn tin

패스트푸드점
tiệm thức ăn nhanh

고기 익은 정도

익히지 않은 chưa chín	아주 약간 익은 hơi tái
약간 익은 tái	중간 정도 익힌 chín vừa
잘 익힌 chín kỹ	아주 잘 익힌 chín rất kỹ

 맥주 종류

베트남 맥주 bia Việt Nam	333 맥주 bia 333
사이공 맥주 bia Sài Gòn	하노이 맥주 bia Hà Nội
후다 맥주 bia Huda	생맥주 bia tươi
흑맥주 bia đen	쓴맛이 있는 맥주 bia có vị đắng
밀로 만든 맥주 bia làm bằng lúa mạch	
알코올 함유량이 많은 맥주 bia có hàm lượng cồn cao	

 따뜻한 음료

차 trà	녹차 trà xanh
허브티 trà thảo mộc	생강차 trà gừng
코코아 ca cao	커피 cà phê
밀크커피 cà phê sữa	크림커피 cà phê kem
블랙커피 cà phê đen	인스턴트 커피 cà phê hoà tan
에스프레소 espresso	카페 라떼 cafe latte
카푸치노 capuchino	아메리카노 americano

차가운 음료

아이스커피 cà phê đá	아이스 밀크커피 cà phê sữa đá
아이스티 trà đá	우유 sữa
소다수 soda	레몬에이드 lemonade
콜라 cola	사이다 Sprite, Seven Up
(얼음) 물 nước (có đá)	시원한 맥주 bia ướp lạnh
과일 주스 nước trái cây, nước ép quả	레몬 주스 nước chanh
오렌지 주스 nước cam	사과 주스 nước táo
배즙 nước lê	복숭아 주스 nước đào
딸기 주스 nước dâu tây	키위 주스 nước kiwi

식기세트와 식사 관련 표현

젓가락 đũa	숟가락 muỗng
차 숟가락 muỗng cà phê	포크 nĩa
칼 dao	접시 đĩa
그릇 bát	사발 tô
유리잔 ly thuỷ tinh	컵 tách
소금 muối	설탕 đường
후추 tiêu	마늘 tỏi
식초 dấm	재떨이 gạt tàn
냅킨 khăn ăn	식탁보 khăn trải bàn ăn
웨이터 người phục vụ, bồi bàn	메뉴판 thực đơn
팁 tiền boa	계산서 hoá đơn
(신용) 카드로 bằng thẻ (tín dụng)	현금으로 bằng tiền mặt
정식 món định sẵn	오늘의 정식 món định sẵn hôm nay
전채요리 món khai vị	후식 món tráng miệng
테라스 sân hiên	창가자리 chỗ cạnh cửa sổ
주방장 bếp trưởng	요리사 đầu bếp
미식가 người sành ăn	포도주 감별사 người nếm rượu

- Đây là nhà hàng cao cấp. (이곳은 고급 식당이다.)
- Đây là quán ăn bình dân. (이곳은 저렴한 식당이다.)
- Chúng tôi đã đặt trước với tên Sunny.
  (우리는 서니라는 이름으로 예약을 했습니다.)
- Hãy cho xem menu. (메뉴판 좀 보여 주세요.)
- Chúc anh dùng ngon miệng ạ. (맛있게 드세요.)

A : Cho chúng tôi chỗ trong góc được không?
   (우리에게 구석자리를 줄 수 있나요?)
B : Vâng, hãy sang đây ạ. (네, 이리 오십시오.)

A : Chỗ cạnh cửa sổ thế nào? (창가자리가 어떻습니까?)
B : Tốt lắm. (좋습니다.)

A : Anh muốn món khai vị nào ạ? (어떤 전채요리를 원하시나요?)
B : Tôi muốn gọi món súp trước. (우선 수프를 주문하고 싶습니다.)

A : Chị muốn thịt thế nào ạ? (고기를 어떻게 원하시나요?)
B : Hãy làm chín kỹ cho tôi. (저는 잘 익혀 주세요.)

Luyện tập

Ⅰ. 다음 단어를 한국말로 말해 보세요.

(1) nhà hàng　　　　＿＿＿＿＿＿＿

(2) căn tin　　　　　＿＿＿＿＿＿＿

(3) người phục vụ　　＿＿＿＿＿＿＿

(4) người sành ăn　　＿＿＿＿＿＿＿

(5) cà phê sữa　　　＿＿＿＿＿＿＿

(6) nĩa　　　　　　＿＿＿＿＿＿＿

(7) muỗng　　　　　＿＿＿＿＿＿＿

(8) đĩa　　　　　　＿＿＿＿＿＿＿

(9) hoá đơn　　　　＿＿＿＿＿＿＿

(10) tiền boa　　　　＿＿＿＿＿＿＿

Ⅱ. 다음 말을 베트남어로 말해 보세요.

(1) 맥주집　　　　　＿＿＿＿＿＿＿

(2) 패스트푸드점　　＿＿＿＿＿＿＿

(3) 후식　　　　　　＿＿＿＿＿＿＿

(4) 주방장　　　　　＿＿＿＿＿＿＿

(5) 중간정도 익힌　　＿＿＿＿＿＿＿

(6) 블랙커피　　　　＿＿＿＿＿＿＿

(7) 과일주스　　　　＿＿＿＿＿＿＿

(8) 레몬에이드　　　＿＿＿＿＿＿＿

(9) 재떨이　　　　　＿＿＿＿＿＿＿

(10) 후추　　　　　　＿＿＿＿＿＿＿

47 가게 (CỬA TIỆM)

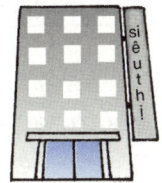
백화점
siêu thị lớn

벼룩시장
chợ trời

슈퍼마켓
siêu thị

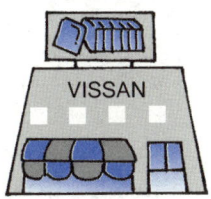
식품점
tiệm thực phẩm

편의점
cửa hàng tiện lợi

정육점
tiệm thịt

완구점
tiệm đồ chơi

신발가게
tiệm giày

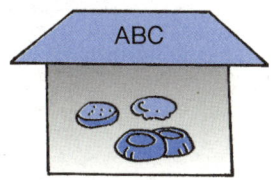
제과점
tiệm bánh

빵집
tiệm bánh mì

미용실
thẩm mĩ viện

약국
tiệm thuốc

세탁소
tiệm giặt

문방구점
tiệm văn phòng phẩm

서점
tiệm sách

해산물가게
tiệm hải sản

향수 가게
tiệm nước hoa

보석 가게
tiệm kim hoàn

옷 가게
cửa hàng quần áo

가두판매점
tiệm ven đường

여행사
công ty du lịch

유제품 판매점
tiệm bán sữa

정가 giá nhất định	세일 bán giảm giá, sale
특가 대매출 bán đại hạ giá	재고 정리 대매출 bán thanh lí hàng tồn kho
라벨 nhãn hiệu	상표 thương hiệu
제품명/상품명 tên sản phẩm	품목명 tên loại, tên item
식품의 유형 loại thực phẩm	원재료명 tên nguyên liệu
제조년월일 ngày sản xuất	유통기한 thời hạn sử dụng, hạn dùng
열량 năng lượng	영양성분 thành phần dinh dưỡng
탄수화물 carbohydrate, glucide	5대 영양소 năm chất dinh dưỡng chính
단백질 đạm	지방 chất béo
비타민 vitamin	무기질 chất vô cơ(khoáng chất)
콜레스테롤 cholesterol	나트륨 natri
저지방 ít béo	고칼슘 giàu canxi
고객 상담 tư vấn khách hàng	소비자 상담실 phòng tư vấn người tiêu dùng
상품권 phiếu mua hàng	포인트 카드 thẻ cộng điểm
쇼핑 카트 thẻ mua sắm	쇼핑백 túi mua sắm
비닐봉투 túi nylon, túi xốp	종이봉투 túi giấy
포장지 giấy gói quà	선물용 포장 gói quà
계산대 quầy tính tiền	진열대 kệ trưng bày
행사상품 hàng khuyến mãi	증정품 hàng tặng
바구니 giỏ	손님 khách
계산원 nhân viên thu ngân	판매원 nhân viên bán hàng
집으로 배달하다 giao hàng đến nhà	택배 서비스 dịch vụ giao hàng tận nơi

꽃집 주인 chủ tiệm hoa	선물가게 주인 chủ tiệm quà tặng
식료품점 주인 chủ tiệm thực phẩm	치즈가게 주인 chủ tiệm phó mát
모자가게 주인 chủ tiệm mũ	구두가게 주인 chủ tiệm giày
생선가게 주인 chủ tiệm cá	과일가게 주인 chủ tiệm trái cây

가격을 묻고 답하기

- Hãy tính tiền. (계산해 주세요.)
- Bao nhiêu tiền? (얼마입니까?)
- Rẻ quá! (싸네요.)
- Đắt quá! (너무 비싸요.)
- Vừa phải. (적당하네요.)
- Hãy giao hàng đến nhà. (집으로 배달해 주세요.)
- Tổng cộng bao nhiêu tiền? (합이 모두 얼마입니까?)
- Mua tối thiểu bao nhiêu thì có thể giao hàng đến nhà? (최소 얼마 사면 집으로 배달해 줄 수 있습니까?)

Luyện tập

Ⅰ. 다음 단어를 한국말로 말해 보세요.

(1) chợ trời _____
(2) tiệm đồ chơi _____
(3) tiệm bánh mì _____
(4) thẩm mĩ viện _____
(5) tiệm ven đường _____
(6) thẻ mua sắm _____
(7) kệ trưng bày _____
(8) giao hàng tận nơi _____
(9) nhân viên thu ngân _____
(10) nhân viên bán hàng _____

Ⅱ. 다음 낱말을 베트남어로 말해 보세요.

(1) 백화점 _____   (2) 편의점 _____
(3) 정육점 _____   (4) 제과점 _____
(5) 약국 _____   (6) 세탁소 _____
(7) 향수가게 _____   (8) 여행사 _____
(9) 식료품가게 _____   (10) 라벨 _____

GIẢI ĐÁP LUYỆN TẬP
해답

1. 인사
   I. (1) Chào chị.
   (2) Tôi khoẻ. Cám ơn.
   (3) Chúc một ngày tốt lành.
   (4) Thứ bảy gặp nhé.
   (5) Không có chi.
   (6) Không sao.

2. 소개
   I. A : Bạn/Cậu
   B : là
   B : đây
   A : vui

3. 이름과 주소 답하기
   I. (1) tên, tôi (2) sống, gần (3) Địa chỉ, đường (4) gì, họ

4. 국가/국적/언어
   I. (1) Tên chị là gì?
   (2) Tôi quốc tịch Hàn Quốc.
   (3) Chị sống ở đâu?
   II. (1) ③ (2) ② (3) ① (4) ① (5) ②

5. 직업
   I. (1) ② (2) ① (3) ②
   II. (1) tài xế xe buýt (2) giáo viên
   (3) hoạ sĩ (4) ca sĩ (5) thợ chụp ảnh

6. 신체와 건강
   I. (1) A : đau
   B : họng, đầu
   A : lưỡi, sốt
   B : ho

GIẢI ĐÁP LUYỆN TẬP 해답

　　　　(2) A : cảm, toa thuốc
　　　　　　B : thuốc viên, si rô
　　　　　　A : vitamin

7. 날씨
　　Ⅰ. (1) A : thời tiết
　　　　　　B : mưa
　　　　　　A : mây
　　　　(2) A : to
　　　　　　B : quang đãng
　　　　(3) A : tuyết
　　　　　　B : băng

8. 의복
　　Ⅰ. (1) veston, comlê　(2) váy
　　　　(3) áo liền váy　(4) áo thun　(5) quần
　　Ⅱ. (1) Hôm nay bạn sẽ mặc gì?
　　　　(2) Ở đây nóng. Hãy cởi áo khoác ngoài ra.
　　　　(3) Hãy mặc quần áo cho ấm. Bên ngoài lạnh lắm.
　　　　(4) Áo sơ mi này quá rộng đối với tôi.
　　　　(5) Quần này quá dài.

9. 속옷·소품들
　　Ⅰ. (1) mũ quả dưa
　　　　(2) khăn tay
　　　　(3) váy
　　　　(4) cà vạt
　　　　(5) khăn quấn cổ
　　Ⅱ. (1) khăn - khăn tay
　　　　(2) khăn quàng (nữ) - khăn quấn cổ(chống lạnh)
　　　　(3) mũ bê rê - mũ cát
　　　　(4) cà vạt - nơ bướm
　　　　(5) bít tất/vớ - tất da/vớ da

GIẢI ĐÁP LUYỆN TẬP 해답

10. 신발/가방/귀중품
    - I. (1) giày thể thao
      - (2) xăng đan
      - (3) túi xách tay
      - (4) ba lô
      - (5) va li (du lịch)
      - (6) nhẫn
      - (7) gọng kính
      - (8) quân hàm, huy hiệu
      - (9) đồng hồ báo thức
      - (10) kính râm, kính mát
    - II. (1) 그녀는 블라우스를 입는다.
      - (2) 나는 양말을 신는다.
      - (3) 그는 선글라스를 낀다.
      - (4) 그들은 넥타이를 맨다.
      - (5) 이것 한 치수 작은 것 있습니까?

11. 거주지/집
    - I. (1) cửa sổ (2) nóc (3) cầu thang (4) hành lang (5) kho
      - (6) biệt thự (7) bảo vệ (8) kí túc xá (9) phí quản lí (10) hợp đồng
    - II. (1) Anh sống ở đâu?
      - (2) Tôi sống ở nơi cách trạm xe buýt 10 phút.
      - (3) Cô ấy sống ở tầng 5.
      - (4) Phải trả tiền thuê nhà vào ngày 1 hằng tháng.
      - (5) Từ bến xe đến nhà mất bao lâu?

12. 방/거실
    - I. (1) bóng đèn (2) đèn bàn (3) tủ âm tường
      - (4) giường đơn (5) móc áo
    - II. (1) 커튼 (2) 쿠션 (3) 침대보 (4) 거울 (5) 에어컨

13. 학교
    - I. (1) kéo (2) bút bi (3) cục gôm (4) giấy ghi chép (5) hộp đựng bút
      - (6) bút chì bấm (7) đồ chuốt bút chì (8) đinh ghim (9) máy tính điện tử
      - (10) keo

GIẢI ĐÁP LUYỆN TẬP 해답

　Ⅱ. (1) Tôi giỏi toán.　(2) Em không hiểu cái đó.　(3) Em có câu hỏi.
　　　(4) Hãy lặp lại.　(5) Tôi đã đỗ kì thi đó.

14. 베트남의 교육체계
　　Ⅰ. (1) trường mầm non
　　　(2) trường tiểu học
　　　(3) trường trung học phổ thông
　　　(4) trường đại học
　　　(5) hiệu trưởng
　　　(6) hội sinh viên
　　　(7) bạn ở trường
　　　(8) địa lí
　　　(9) mĩ thuật
　　　(10) trường nghề
　　Ⅱ. (1) Tôi là sinh viên khoa Việt Nam học.
　　　(2) Nó học chuyên ngành ngôn ngữ học ở Trường Đại học Sunny.
　　　(3) Cô ấy học một tuần 15 tiết.
　　　(4) Tin học là môn tự chọn.
　　　(5) Trẻ em Việt Nam vào học tiểu học lúc 6 tuổi.

15. 은행
　　Ⅰ. (1) tài khoản　(2) ngân phiếu　(3) thẻ tín dụng　(4) phí　(5) chuyển khoản
　　　(6) người nợ　(7) số dư　(8) tiền giấy　(9) đổi tiền　(10) tỉ giá
　　Ⅱ. (1) Xin hãy chờ một chút.
　　　(2) Tôi muốn mở tài khoản.
　　　(3) Hãy điền mẫu hồ sơ này.
　　　(4) Tôi muốn rút tiền gửi.
　　　(5) Tôi muốn chuyển tiền.

16. 우체국
　　Ⅰ. (1) người gửi　(2) bì thư　(3) bưu kiện　(4) thùng thư　(5) người nhận
　　　(6) bưu thiếp　(7) tem　(8) đóng gói　(9) hoá đơn　(10) dịch vụ giao hàng
　　Ⅱ. (1) Bưu điện ở đâu ạ?
　　　(2) Hãy gửi bảo đảm bức thư này.

GIẢI ĐÁP LUYỆN TẬP 해답

(3) Tôi muốn gửi cái này dưới dạng bưu kiện.
(4) Đến Việt Nam mất bao lâu ạ?
(5) Hơi quá trọng lượng cơ bản.

17. 스포츠

Ⅰ. (1) thủ môn   (2) thẻ đỏ   (3) khán giả   (4) cúp thế giới   (5) sút(bóng đá)
(6) leo núi   (7) bóng rổ   (8) cử tạ   (9) đấu kiếm   (10) wushu

Ⅱ. (1) Anh thích thể thao không?
(2) Không, hầu như tôi không chơi thể thao.
(3) Kiên thích đánh quần vợt.
(4) Phương thích đi xe đạp.
(5) Sunny thích trượt tuyết.

18. 취미

Ⅰ. (1) câu cá   (2) chụp ảnh   (3) vẽ tranh   (4) leo núi   (5) đi xem phim
(6) chăm sóc cây cảnh   (7) thả diều   (8) chơi cờ vua
(9) chơi trò chơi máy vi tính   (10) đan

Ⅱ. (1) Anh làm gì vào thời gian rỗi?
(2) Sở thích của chị là gì?
(3) Tôi thích đọc sách.
(4) Tôi thích bơi.
(5) Sở thích của tôi là leo núi.

19. 부엌용품

Ⅰ. (1) nồi   (2) nồi áp suất   (3) đồ mở nắp chai   (4) đồ khui rượu   (5) môi, vá
(6) nước rửa bát   (7) bồn rửa   (8) tủ lạnh   (9) bếp điện   (10) mâm

Ⅱ. (1) Tôi thích nấu ăn.
(2) Em làm gì?
(3) Anh muốn ăn gì?
(4) Tôi không thích rửa bát.
(5) Tôi sẽ làm bánh.

20. 집안용품/개인용품

Ⅰ. (1) bàn là, bàn ủi
(2) máy hút bụi

GIẢI ĐÁP LUYỆN TẬP 해답

　　　(3) bật lửa, quẹt ga
　　　(4) đồng hồ báo thức
　　　(5) ổ cắm
　　　(6) kim tây
　　　(7) chìa khoá
　　　(8) chổi
　　　(9) gương
　　　(10) lược
　Ⅱ. (1) Anh cho xin tí lửa được chứ?
　　　(2) Tôi đã đặt báo thức lúc 6 giờ.
　　　(3) Chìa khoá của mình ở đâu nhỉ?
　　　(4) Cô ấy thường soi gương.
　　　(5) Hãy lấy giúp cây búa.

21. 욕실
　Ⅰ. (1) xà phòng
　　　(2) bàn chải đánh răng
　　　(3) máy cạo râu
　　　(4) dầu gội
　　　(5) cân
　　　(6) bồn tắm
　　　(7) giấy vệ sinh
　　　(8) dầu xả
　　　(9) kẹp quần áo
　　　(10) giá phơi quần áo
　Ⅱ. (1) Tôi cạo râu mỗi sáng.
　　　(2) Tôi rửa mặt ở phòng tắm.
　　　(3) Cô ấy trang điểm trước gương.
　　　(4) Tôi tắm mỗi ngày.
　　　(5) Tôi tắm vào buổi tối hằng ngày.

22. 자동차/자전거
　Ⅰ. (1) cần gạt nước　(2) ca pô　(3) tay lái　(4) bàn đạp li hợp　(5) đèn xi nhan
　　　(6) kính chiếu hậu　(7) yên xe　(8) xích, sên　(9) bàn đạp　(10) xe tải
　Ⅱ. (1) Khởi động xe không được.
　　　(2) Hãy thắt dây an toàn.

GIẢI ĐÁP LUYỆN TẬP 해답

(3) Hãy dừng lại ở đây.

(4) Xe buýt này có đi đến ga Sài Gòn không?

(5) Hãy kiểm tra giúp nhớt động cơ.

23과 기차/버스/비행기

I. (1) quầy

(2) xe lửa siêu tốc

(3) sân bay

(4) ga cuối

(5) phòng chờ

(6) cửa soát vé

(7) máy soát vé tự động

(8) thẻ lên máy bay

(9) hải quan

(10) chênh lệch giờ

II. (1) Xe buýt đi Phú Mỹ Hưng đón ở đâu nhỉ?

(2) Hãy cho xuống ở đây.

(3) Tôi muốn đặt vé máy bay đi Đà Lạt.

(4) Máy bay khởi hành lúc mấy giờ?

(5) Bay mất bao lâu?

24과 휴가/여행

I. (1) mây   (2) đường chân trời   (3) phao

(4) bãi biển   (5) ba lô

(6) hồ nước   (7) thợ lặn   (8) túi ngủ

(9) bản đồ   (10) kem chống nắng

II. (1) Tôi đi nghỉ sau hai tuần nữa.

(2) Cần có visa(thị thực) để lưu trú ở Việt Nam 16 ngày trở lên.

(3) Tối nay tôi sẽ xếp vào túi xách.

(4) Tôi đi nghỉ ở nước ngoài.

(5) Vào mùa đông tôi đi lên núi để trượt tuyết.

25과 호텔

I. (1) khách

(2) hành lí

(3) người trực tầng

GIẢI ĐÁP LUYỆN TẬP 해답

　　　　(4) bảo vệ
　　　　(5) lối thoát hiểm
　　　　(6) trả phòng
　　　　(7) gọi báo thức buổi sáng
　　　　(8) tiền boa
　　　　(9) dịch vụ phòng
　　　　(10) phòng 2(hai) người
　　Ⅱ. (1) Có phòng trống không?
　　　　(2) Tôi đã đặt một phòng.
　　　　(3) Phòng hai người bao nhiêu?
　　　　(4) Tôi muốn đổi phòng
　　　　(5) Mấy giờ nhà hàng mở cửa?

26과 컴퓨터/정보처리
　　Ⅰ. (1) tai nghe
　　　　(2) máy in
　　　　(3) bàn phím
　　　　(4) máy scan
　　　　(5) chat
　　　　(6) máy chủ
　　　　(7) địa chỉ email
　　　　(8) lướt
　　　　(9) virus
　　　　(10) phầm mềm diệt virus
　　Ⅱ. (1) Ở đây có kết nối internet không?
　　　　(2) Địa chỉ email thế nào ạ?
　　　　(3) Tôi không muốn lưu file này.
　　　　(4) Máy vi tính bị hỏng rồi.
　　　　(5) Tôi không biết sử dụng chương trình này. Hãy giải thích giúp.

27과 전화
　　Ⅰ. (1) ống nghe
　　　　(2) điện thoại cầm tay
　　　　(3) thẻ điện thoại
　　　　(4) âm tín hiệu

(5) điện thoại khẩn

(6) số nội bộ

(7) số khu vực

(8) máy trả lời tự động

(9) điện thoại đường dài

(10) tin nhắn

II. (1) Xin lỗi, ai vậy ạ?

(2) Là tôi đây.

(3) Bây giờ đang bận máy.

(4) Để lại tin nhắn được không ạ?

(5) Đây là điện thoại quốc tế.

28과 감정 - I

I. (1) sự vui mừng

(2) nỗi buồn

(3) cơn giận

(4) niềm hạnh phúc

(5) sự bất hạnh

II. (1) Nóng quá.

(2) Thất vọng quá.

(3) Giận lắm.

(4) Mệt quá.

(5) Quá cảm động.

(6) Đừng có chọc tức tôi.

(7) Khóc suốt ngày.

(8) Điên mất!

(9) Tôi chán nản vô cùng.

(10) Đang đùa tao đấy à?

29과 감정 - II

I. (1) Tôi lo lắm.

(2) Tôi sợ chó.

(3) Tôi không thể tin được điều đó.

(4) Thật đáng tiếc.

(5) Xin tha thứ cho lỗi lầm của tôi.

GIẢI ĐÁP LUYỆN TẬP 해답

II. (1) 나는 무서워요.
(2) 소름이 쫙 끼쳤다.
(3) 불안하다.
(4) 말도 마라!
(5) 난 널 이해한다.
(6) 고의가 아니었습니다.
(7) 내겐 중요치 않다.
(8) 의심이 간다.
(9) 이제 안심이다.
(10) 진정하십시오.

30과 가족

I. (1) 할아버지 (2) 큰아버지 (3) 고모 (4) 조카 (5) 매형, 매부
(6) 외할머니 (7) 출생 (8) 삼십대 남자
(9) 중년 부인 (10) 노년의 직장인

II. (1) bà nội (2) dì (3) chồng (4) con trai (5) cháu (nội) gái
(6) rể (7) giai đoạn thanh thiếu niên (8) giai đoạn già
(9) trẻ sơ sinh (10) anh em sinh đôi

31과 동물

I. (1) 말 (2) 암소 (3) 양 (4) 돼지 (5) 토끼
(6) 상어 (7) 게 (8) 연어 (9) 고래 (10) 개구리

II. (1) bê (2) gà mái (3) ốc sên (4) ngỗng (5) chuột
(6) cá ngừ (7) khỉ (8) kiến (9) châu chấu (10) vẹt

32과 식물

I. (1) 나무 (2) 야자수 (3) 나뭇잎 (4) 뿌리 (5) 보리수
(6) 대나무 (7) 민들레 (8) 목련 (9) 빗자루 (10) 못

II. (1) cây thông (2) lá rụng (3) nấm (4) thân (5) hoa huệ tây
(6) hoa cúc (7) đồ nghề (8) búa (9) tua vít (10) kéo

33과 채소

I. (1) 오이 (2) 마늘 (3) 당근 (4) 파 (5) 무 (6) 아스파라거스
(7) 계피 (8) 겨자 (9) 소금 (10) 호두

II. (1) củ hành (2) ngô, bắp (3) khoai tây (4) cà tím (5) rau diếp
(6) rau bina (7) gừng (8) tiêu (9) đường (10) quả hạnh

GIẢI ĐÁP LUYỆN TẬP 해답

34과 과일
  I. (1) 딸기 (2) 사과 (3) 복숭아 (4) 파인애플 (5) 배
     (6) 오디 (7) 자두 (8) 감 (9) 레몬 (10) 참외
  II. (1) chuối (2) anh đào (3) lựu (4) dưa hấu (5) mận
      (6) bưởi (7) sầu riêng (8) cây óc chó (9) nho (10) sung

35과 자연과 자연 재해
  I. (1) 자갈 (2) 조약돌 (3) 바위 (4) 부두 (5) 바다 (6) 강
     (7) 민물, 담수 (8) 동굴 (9) 평원 (10) 오솔길
  II. (1) vách đá dựng đứng (2) áo phao (3) cát (4) bờ biển (5) biển động
      (6) thuỷ triều (7) đèo (8) nhà nông dân
      (9) bình nguyên (10) sóng thần

36과 색깔 - I
  I. (1) màu đen (2) màu đỏ (3) màu trắng (4) màu xanh lá cây
     (5) màu xanh dương (6) màu nâu (7) màu tím (8) màu vàng
     (9) màu cam (10) màu hồng
  II. (1) xanh xanh (2) nhuốm xanh (3) màu gốc (4) một màu (5) đo đỏ
      (6) vàng vàng (7) đen đen (8) trăng trắng (9) nhiều màu (10) mờ, đục

37과 색깔 - II
  I. (1) 그것은 무슨 색입니까?
     (2) 그녀의 머리카락은 검은색이다.
     (3) 그 사람의 눈은 파란색이다.
     (4) 그들의 얼굴이 핏기가 하나도 없이 하얗게 되었다.
     (5) 그는 화가 나서 얼굴이 붉어졌다.
  II. (1) Mắt của cô ấy màu gì?
      (2) Năm rồi công ti đó lãi.
      (3) Tóc của cô ấy màu gì?
      (4) Cái đó màu xanh dương.
      (5) Sao mắt bạn đỏ vậy?

38과 성격, 특징
  I. (1) 총명한 (2) 참을성 있는 (3) 바보스런 (4) 수다스런 (5) 완고한
     (6) 살찐 (7) 마른 (8) 유연한 (9) 각진 (10) 타원형의

해 답 **217**

GIẢI ĐÁP LUYỆN TẬP 해답

  II. (1) nhẫn nại (2) lười (3) ít nói (4) tròn trịa (5) bầu bĩnh
    (6) góc cạnh (7) thon thả (8) mềm mại (9) lãnh đạm (10) thận trọng

39과 수 - I

 I. (1) số đếm (2) số thứ tự
   (3) năm mươi lăm (4) ba mươi mốt
   (5) một trăm nghìn
   (6) mười triệu
   (7) thứ bảy
   (8) thứ mười một
   (9) thứ ba mươi
   (10) thứ một trăm
 II. (1) Tôi sống ở tầng 5.
   (2) Sinh nhật của tôi là ngày 2 tháng 10.
   (3) Vẫn còn trống chỗ ở dãy thứ sáu.
   (4) Ngày 30 tháng 4 là ngày thống nhất của Việt Nam.
   (5) Bạn đến muộn lần thứ hai rồi nhé.

40과 수 - II

 I. (1) số chẵn (2) số lẻ (3) phân số (4) cộng (5) nhân
   (6) trừ (7) chia (8) thời giá (9) miễn thuế (10) đơn giá
 II. (1) Tám cộng bảy bằng mười lăm.
   (2) Chín trừ bốn bằng năm.
   (3) Bốn nhân năm bằng hai mươi.
   (4) Mười chia hai bằng năm.
   (5) Nó làm việc gấp đôi người khác.

41과 방향

 I. (1) trong (2) trên (3) trước (4) sau (5) bên trái (6) bên phải
   (7) đâm ngang (8) quay đầu (9) phía tây nam (10) phía đông bắc
 II. (1) Taxi ở đâu?
   (2) Xe tôi ở sau bảo tàng.
   (3) Bút bi ở trên bàn.
   (4) Hãy rẽ trái.
   (5) Hãy đi thẳng.

GIẢI ĐÁP LUYỆN TẬP 해답

42과 통행

Ⅰ. (1) vỉa hè

(2) cảnh sát giao thông

(3) ngã tư

(4) đồng hồ tính cước đỗ xe

(5) vượt mặt

(6) cấm lưu thông

(7) đang thi công

(8) sự đình trệ giao thông

(9) hạn chế tốc độ   (10) cấm đỗ xe

Ⅱ. (1) 가로등   (2) 신호등   (3) 찻길   (4) 주차장

(5) 톨게이트   (6) 차도를 건너다

(7) 차고   (8) 일방통행   (9) 우회로   (10) 횡단보도

43과 공연과 전시

Ⅰ. (1) 조명   (2) 좌석   (3) 영화관   (4) 관객   (5) 매표소   (6) 보조 접이의자

(7) 무대장치   (8) 상영   (9) 휴관일   (10) 리허설

Ⅱ. (1) màn   (2) người chỉ huy   (3) buổi hoà nhạc

(4) ngôi sao   (5) vai chính

(6) phim   (7) y phục   (8) người yêu phim

(9) lồng tiếng   (10) bản gốc có phụ đề

44과 책

Ⅰ. (1) 커버   (2) 페이지   (3) 월간지   (4) 일간지   (5) 요리책

(6) 시집   (7) 동화책   (8) 서점   (9) 도서관   (10) 잡지

Ⅱ. (1) tựa sách

(2) mục lục

(3) tuần san

(4) tiệm sách cũ

(5) người bán sách cũ

(6) tự truyện

(7) thiên anh hùng ca

(8) sách truyện tranh

(9) sách hướng dẫn du lịch

(10) truyện ngắn

GIẢI ĐÁP LUYỆN TẬP 해답

45과 식사
Ⅰ. (1) 아침식사 (2) 식전 술 (3) 주요리 (4) 곁들인 요리, 반찬 (5) 쌀국수
  (6) 갈비구이 밥 (7) 샴페인 (8) 치즈 (9) 소고기 (10) 돼지고기
Ⅱ. (1) ăn giữa buổi (2) gỏi cuốn (3) cơm
  (4) bánh mì (5) xúc xích (6) kem
  (7) thịt (8) món ăn hôm nay (9) món hải sản
  (10) món ăn Việt Nam

46과 식당
Ⅰ. (1) 레스토랑 (2) 구내식당 (3) 웨이터 (4) 미식가 (5) 밀크커피
  (6) 포크 (7) 숟가락 (8) 접시 (9) 계산서 (10) 팁
Ⅱ. (1) tiệm bia
  (2) tiệm thức ăn nhanh
  (3) món tráng miệng
  (4) bếp trưởng
  (5) chín vừa
  (6) cà phê đen
  (7) nước trái cây
  (8) lemonade
  (9) gạt tàn
  (10) tiêu

47과 가게
Ⅰ. (1) 벼룩시장 (2) 완구점 (3) 빵집 (4) 미용실 (5) 가두판매점
  (6) 쇼핑카트 (7) 진열대 (8) 택배 (9) 계산원 (10) 판매원
Ⅱ. (1) siêu thị lớn
  (2) cửa hàng tiện lợi
  (3) tiệm thịt
  (4) tiệm bánh
  (5) tiệm thuốc
  (6) tiệm giặt
  (7) tiệm nước hoa
  (8) công ty du lịch
  (9) tiệm thực phẩm
  (10) nhãn hiệu